Impressum
Verlag: BABADADA GmbH, Nedderfeld 112 , 22529 Hamburg
Geschäftsführer / Verlagsleitung: Harald Hof
Druck: Books on Demand GmbH, In de Tarpen 42, 22848 Norderstedt

Imprint
Publisher: BABADADA GmbH, Nedderfeld 112 , 22529 Hamburg, Germany
Managing Director / Publishing direction: Harald Hof
Print: Books on Demand GmbH, In de Tarpen 42, 22848 Norderstedt, Germany

trường học
mokykla

phòng học
klasė

chia
dalinti

186/2

bảng viết
lenta

sân trường
mokyklos kiemas

giáo viên
mokytojas

giấy
popierius

viết
rašyti

cây bút
rašiklis

bàn làm việc
rašomasis stalas

cây thước
liniuotė

sách
knyga

học sinh
mokinys

cặp đeo vai học sinh

kuprinė

hộp đựng bút

penalas

bút chì

pieštukas

cái gọt bút chì

drožtukas

cục tẩy

trintukas

tập giấy vẽ

piešimo bloknotas

bản vẽ

piešinys

cọ vẽ

teptukas

hộp mực vẽ

dažų dėžutė

cây kéo

žirklės

keo dán

klijai

sách bài tập

vadovėlis

bài tập ở nhà

namų darbai

12

số

numeris

2+2

cộng

pridėti

5-2

trừ

atimti

2×2

nhân

dauginti

tính toán

skaičiuoti

A

chữ cái

raidė

ABCDEFG
HIJKLMN
OPQRSTU
VWXYZ

bảng chữ cái

abėcėlė

hello

từ

žodis

văn bản

tekstas

đọc

skaityti

phấn viết

kreida

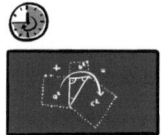

bài học

pamoka

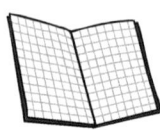

sổ lớp

dienynas

thi kiểm tra

egzaminas

chứng chỉ

pažymėjimas

đồng phục học sinh

mokyklinė uniforma

giáo dục

išsilavinimas

từ điển bách khoa

enciklopedija

đại học

universitetas

kính hiển vi

mikroskopas

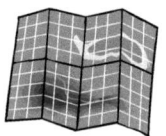

bản đồ

žemėlapis

thùng rác giấy

šiukšliadėžė

du lịch
kelionė

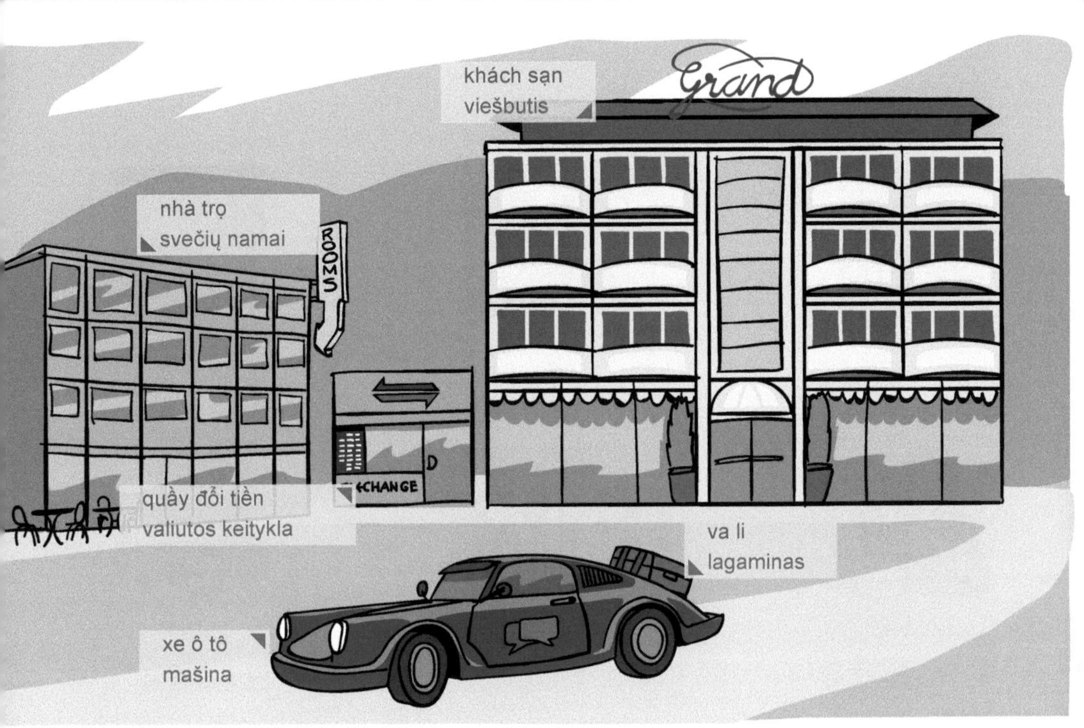
khách sạn
viešbutis
Grand
nhà trọ
svečių namai
ROOMS
quầy đổi tiền
valiutos keitykla
va li
lagaminas
xe ô tô
mašina

ngôn ngữ

kalba

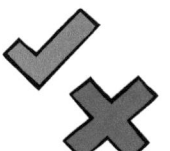

có / không

taip / ne

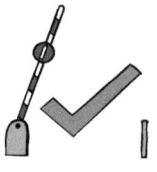

ô kê

Gerai

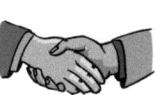

Xin chào

sveiki

thông dịch viên

vertėjas raštu

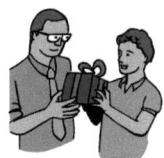

cám ơn

Ačiū

... bao nhiêu tiều?

kiek kainuoja...?

tôi không hiều

aš nesuprantu

vấn đề

problema

Xin chào! (buổi tối)

Labas vakaras!

xin chào! (buổi sáng)

Labas rytas!

chúc ngủ ngon!

Labos nakties!

tạm biệt

viso gero

hướng đi

kryptis

hành lý

bagažas

túi xách

krepšys

túi ba lô

kuprinė

khách

svečias

phòng

kambarys

túi ngủ

miegmaišis

lều

palapinė

thông tin du lịch

turizmo informacija

bãi biển

paplūdimys

thẻ tín dụng

kreditinė kortelė

ăn sáng

pusryčiai

ăn trưa

pietūs

ăn tối

vakarienė

vé xe

bilietas

thang máy

liftas

tem bưu điện

pašto ženklas

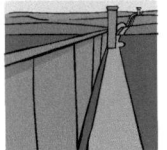

biên giới

siena

hải quan

muitinė

đại sứ quán

ambasada

thị thực

viza

hộ chiếu

pasas

vận chuyển
transportas

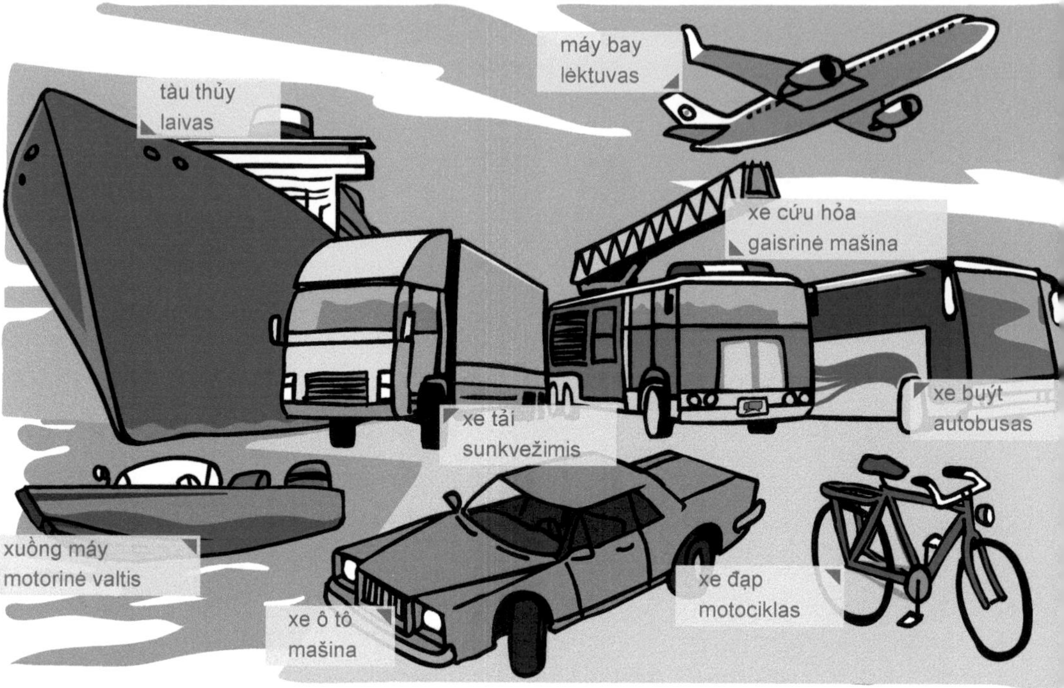

máy bay
lėktuvas
tàu thủy
laivas
xe cứu hỏa
gaisrinė mašina
xe buýt
autobusas
xe tải
sunkvežimis
xuồng máy
motorinė valtis
xe đạp
motociklas
xe ô tô
mašina

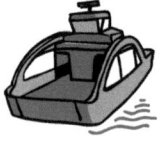

phà

keltas

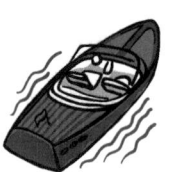

xuồng

valtis

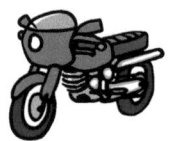

xe máy

mopedas

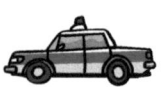

xe cảnh sát

policijos automobilis

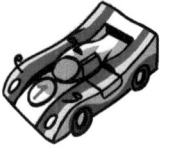

xe đua

lenktyninis automobilis

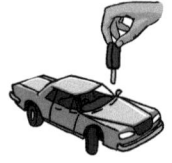

xe cho thuê

nuomojamas automobilis

dịch vụ thuê xe tự lái

bendras automobilio
naudojimas

xe kéo cứu hộ

techninės pagalbos
automobilis

xe rác

šiukšliavežė

động cơ

variklis

xăng

degalai

trạm xăng

degalinė

biển báo giao thông

kelio ženklas

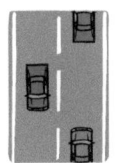

giao thông

eismas

ách tắc giao thông

eismo spūstis

bãi đậu xe

mašinų stovėjimo aikštelė

nhà ga

traukinių stotis

đường ray

bėgiai

xe lửa

traukinys

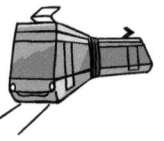

tàu điện

tramvajus

toa xe

vagonas

vận chuyển - transportas

9

máy bay trực thăng

sraigtasparnis

sân bay

oro uostas

tháp

bokštas

hành khách

keleivis

côngtenơ

konteineris

thùng các-tông

dėžė

xe đẩy

vežimėlis

cái giỏ

krepšys

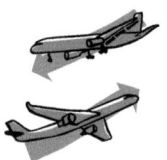

cất cánh / hạ cánh

pakilti / nusileisti

thành phố

miestas

làng

kaimas

trung tâm thành phố

miesto centras

nhà

namas

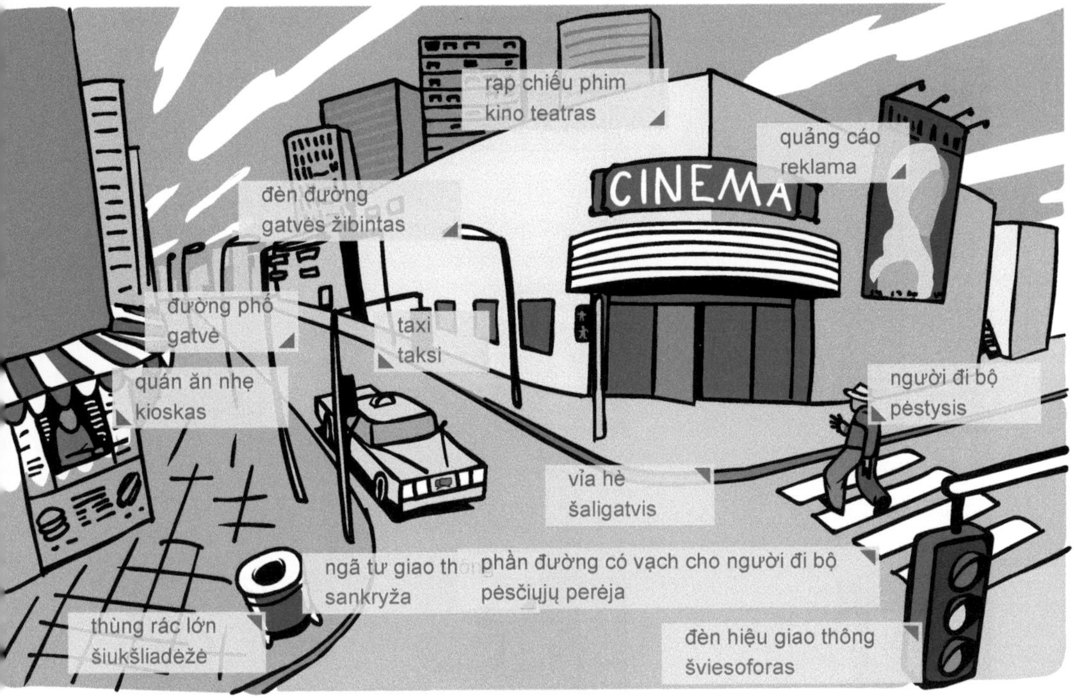

rạp chiếu phim
kino teatras

quảng cáo
reklama

đèn đường
gatvės žibintas

CINEMA

đường phố
gatvė

taxi
taksi

quán ăn nhẹ
kioskas

người đi bộ
pėstysis

vỉa hè
šaligatvis

ngã tư giao th
sankryža

phần đường có vạch cho người đi bộ
pėsčiujų perėja

thùng rác lớn
šiukšliadėžė

đèn hiệu giao thông
šviesoforas

nhà chòi

trobelė

căn hộ

butas

nhà ga

traukinių stotis

tòa thị chính

rotušė

viện bảo tàng

muziejus

trường học

mokykla

thành phố - miestas

đại học
universitetas

ngân hàng
bankas

bệnh viện
ligoninė

khách sạn
viešbutis

hiệu thuốc
vaistinė

văn phòng
biuras

hiệu sách
knygynas

cửa hiệu
parduotuvė

cửa hiệu bán hoa
gėlių parduotuvė

siêu thị
prekybos centras

chợ
turgus

cửa hàng bách hóa
universalinė parduotuvė

người bán cá
žuvies parduotuvė

trung tâm mua bán
prekybos centras

bến cảng
uostas

công viên

parkas

ghế băng

suoliukas

cầu

tiltas

cầu thang

laiptai

tàu điện ngầm

metro

đường hầm

tunelis

trạm xe buýt

autobusų stotelė

quán bar

baras

khách sạn

restoranas

hòm thư công cộng

lauko pašto dėžutė

bảng hiệu đường

kelio ženklas

đồng hồ đậu xe

parkomatas

vườn bách thú

zoologijos sodas

bể bơi

baseinas

nhà thờ Hồi giáo

mečetė

nông trại

ūkininko ūkis

ô nhiễm môi trường

tarša

nghĩa trang

kapinės

nhà thờ

bažnyčia

sân chơi

žaidimų aikštelė

ngôi đền

šventykla

phong cảnh
kraštovaizdis

lá cây
lapas

bảng chỉ đường
kelio rodyklė

lối đi
kelias

bãi cỏ
pieva

hòn đá
akmuo

cây
medis

người đi bộ đường dài
ėjikas

sông
upė

cỏ
žolė

bông hoa
gėlė

thung lũng
....
slėnis

đồi
....
kalva

hồ nước
....
ežeras

rừng
....
miškas

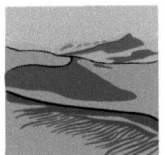

sa mạc
....
dykuma

núi lửa
....
ugnikalnis

lâu đài
....
pilis

cầu vồng
....
vaivorykštė

nấm
....
grybas

cây cọ
....
palmė

con muỗi
....
uodas

con ruồi
....
musė

con kiến
....
skruzdėlė

con ong
....
bitė

con nhện
....
voras

bọ cánh cứng

vabalas

con ếch

varlė

con sóc

voverė

con nhím

ežys

con thỏ

kiškis

con cú

pelėda

con chim

paukštis

thiên nga

gulbė

heo rừng

šernas

con hươu

elnias

nai sừng tấm

briedis

đê

užtvanka

tuabin gió

vėjo jėgainė

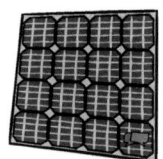

tấm năng lượng mặt trời

saulės baterija

khí hậu

klimatas

khách sạn
restoranas

bồi bàn
padavėjas
thực đơn
meniu
ghế
kėdė
súp
sriuba
bánh pizza
pica
khăn trải bàn
staltiesė
bộ dao nĩa ăn
stalo įrankiai

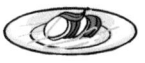

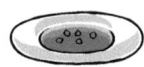

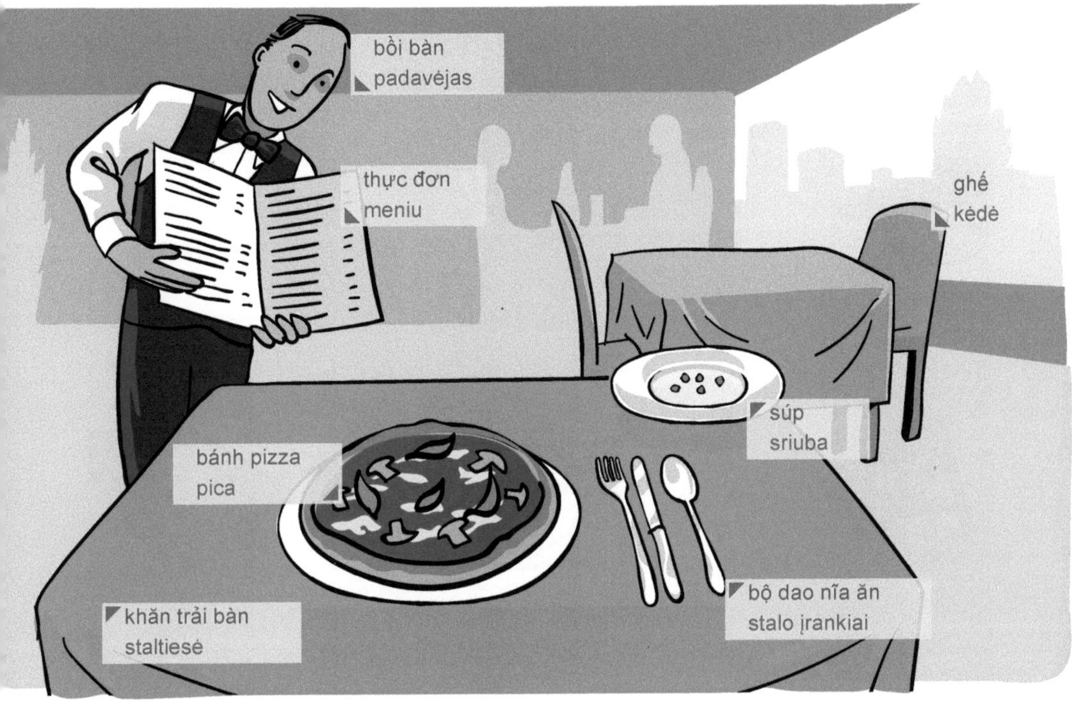

món ăn khai vị
....
užkandis

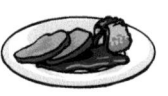

món ăn chính
....
pagrindinis patiekalas

món tráng miệng
....
desertas

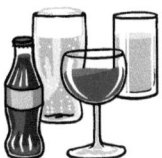

thức uống
....
gėrimai

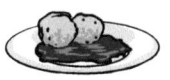

thức ăn
....
maistas

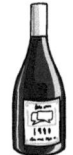

cái chai
....
butelis

thức ăn nhanh

greitai pateikiamas maistas

thức ăn đường phố

gatvės maistas

ấm trà

arbatinukas

hộp đường

cukrinė

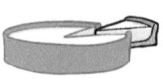

khẩu phần

porcija

máy pha espresso

espreso aparatas

ghế cao

aukšta kėdė

hóa đơn

sąskaita

khay

padėklas

dao

peilis

nĩa

šakutė

thìa

šaukštas

thìa uống trà

arbatinis šaukštelis

khăn ăn

servetėlė

cốc thủy tinh

stiklinė

đĩa

lėkštė

đĩa súp

sriubos lėkštė

đĩa lót cốc

padėklas

nước sốt

padažas

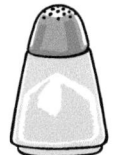

lọ muối

druskinė

cái xay tiêu

pipirų malūnėlis

giấm

actas

dầu

aliejus

gia vị

prieskoniai

nước xốt cà chua

kečupas

tương hạt cải

garstyčios

nước sốt mayonnaise

majonezas

siêu thị
prekybos centras

chào giá đặc biệt
specialus pasiūlymas
khách hàng
pirkėjas
FOR
sản phẩm từ sữa
pieno produktai
trái cây
vaisiai
xe đẩy mua sắm
troleibusas

BUTCHERS

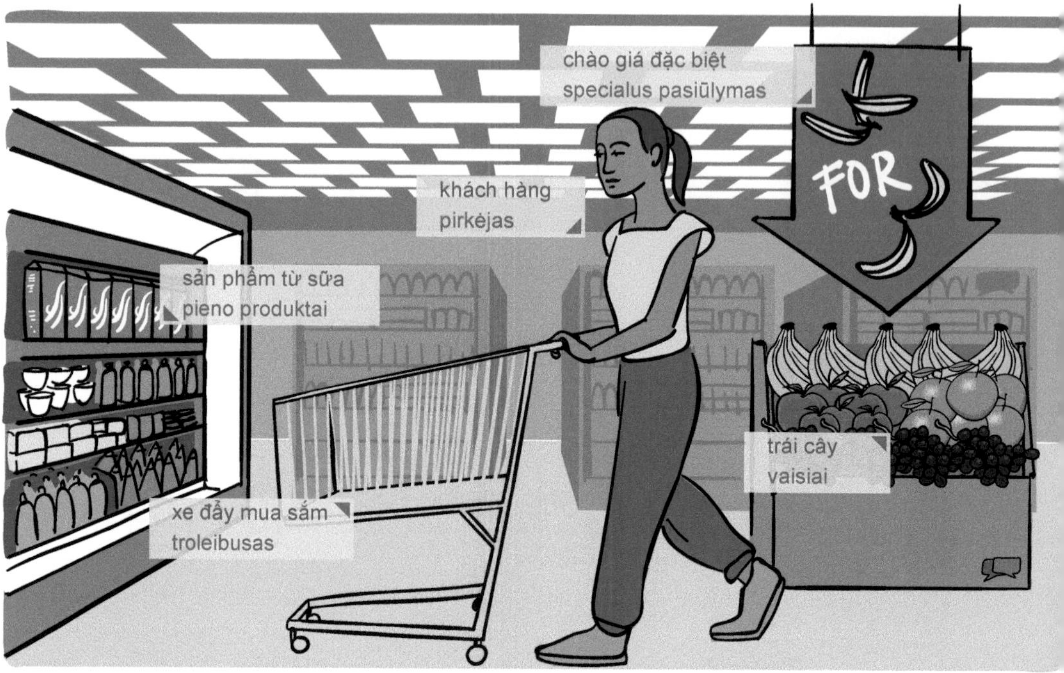

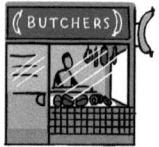

lò mổ

mėsos parduotuvė

BAKERY

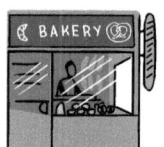

cửa hiệu bán bánh mì

kepykla

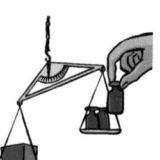

cân nặng

sverti

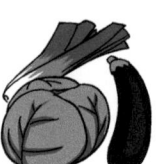

rau quả

daržovės

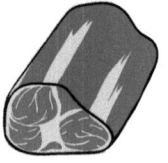

thịt

mėsa

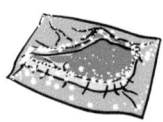

thức ăn đông lạnh

šaldytas maistas

lát thịt nguội

šalti mėsos užkandžiai

đồ hộp

konservai

bột giặt

skalbimo milteliai

đồ ngọt

saldumynai

sản phẩm dùng trong gia đình

ūkinės prekės

chất tẩy rửa

valymo priemonės

người bán hàng

pardavėja

quầy trả tiền

kasos aparatas

nhân viên thu ngân

kasininkas

danh sách mua sắm

pirkinių sąrašas

giờ mở cửa

darbo valandos

ví tiền

piniginė

thẻ tín dụng

kreditinė kortelė

túi đeo

maišelis

túi ny lông

plastikinis maišelis

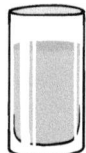

nước
....
vanduo

nước quả ép
....
sultys

sữa
....
pienas

coca-cola
....
kola

rượu vang
....
vynas

bia
....
alus

cồn
....
alkoholis

cacao
....
kakava

trà
....
arbata

cà phê
....
kava

espresso
....
espresas

cappuccino
....
kapučinas

chuối

bananas

quả táo

obuolys

quả cam

apelsinas

dưa hấu

arbūzas

chanh

citrina

cà rốt

morka

tỏi

česnakas

tre

bambukas

củ hành

svogūnas

nấm

grybas

hạt dẻ

riešutai

mì

makaronai

mì spaghetti

spagečiai

cơm

ryžiai

xà lách

salotos

khoai tây chiên

traškučiai

khoai tây chiên

keptos bulvės

bánh pizza

pica

bánh hamburger

mėsainis

bánh mì sandwich

sumuštinis

thịt côtlet

pjausnys

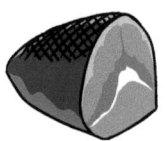

thịt giăm bông

kumpis

xúc xích

saliamis

dồi

dešrelė

gà

vištiena

rán

kepsnys

cá

žuvis

cháo yến mạch

avižų dribsniai

cháo muesli

dribsniai su priedais

bánh bột ngô nướng

kukurūzų dribsniai

bột mì

miltai

bánh sừng bò

prancūziškasis ragelis

bánh mì

bandelė

bánh mì

duona

bánh mì nướng

skrebutis

bánh bích quy

sausainiai

bơ

sviestas

sữa đông

varškė

bánh ngọt

tortas

trứng

kiaušinis

trứng rán

kiaušinienė

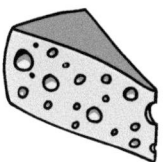

pho mát

sūris

kem
ledai

đường
cukrus

mật ong
medus

mứt
uogienė

kem nougat
tepamas šokoladas

cà ri
karis

thức ăn - maistas

nông trại

ūkininko ūkis

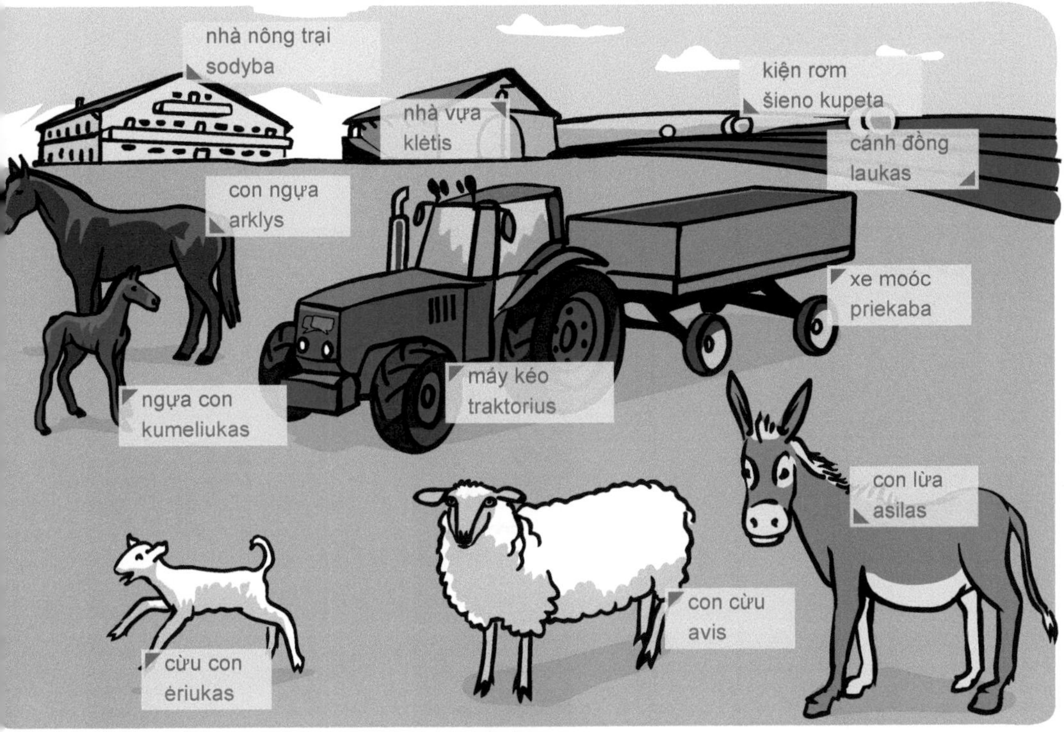
nhà nông trại
sodyba
nhà vựa
klėtis
kiện rơm
šieno kupeta
cánh đồng
laukas
con ngựa
arklys
xe moóc
priekaba
máy kéo
traktorius
ngựa con
kumeliukas
con lừa
asilas
con cừu
avis
cừu con
ėriukas

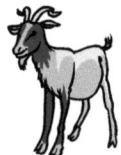

con dê

ožys

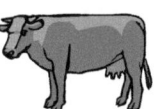

con bò

karvė

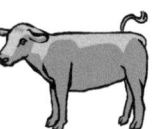

con bê

veršis

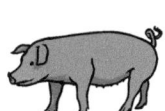

con lợn

kiaulė

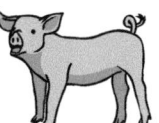

lợn con

paršelis

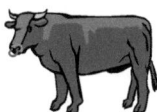

bò đực

bulius

con ngỗng

žąsis

con vịt

antis

gà con

viščiukas

gà mái

višta

gà trống

gaidys

con chuột

žiurkė

mèo

katė

chuột nhắt

pelė

bò đực

jautis

con chó

šuo

nhà chuồng chó

šuns būda

ống tưới vườn cây

sodo namas

thùng tưới cây

laistytuvas

lưỡi hái

dalgis

cái cày

plūgas

cái liềm

pjautuvas

cái cuốc

kauptukas

cái chĩa

šakės

cái rìu

kirvis

xe cút kít

statinė

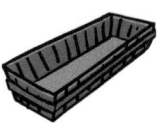

máng ăn

lovys

lọ sữa

bidonas

bao tải

maišas

hàng rào

tvora

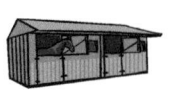

chuồng

arklidė

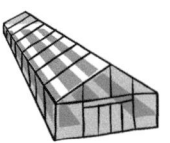

nhà kính trồng cây

šiltnamis

đất trồng

dirva

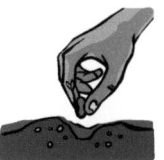

hạt giống

sėkla

phân bón

trąšos

máy gặt đập liên hợp

kombainas

thu hoạch

rinkti

mùa thu hoạch

derlius

khoai lang

saldžiosios bulvės

lúa mì

kviečiai

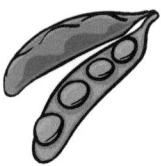

đậu nành

soja

khoai tây

bulvė

ngô

kukurūzai

hạt cải dầu

rapsai

cây ăn trái

vaismedis

sắn

manijokas

ngũ cốc

grūdai

nhà
namas

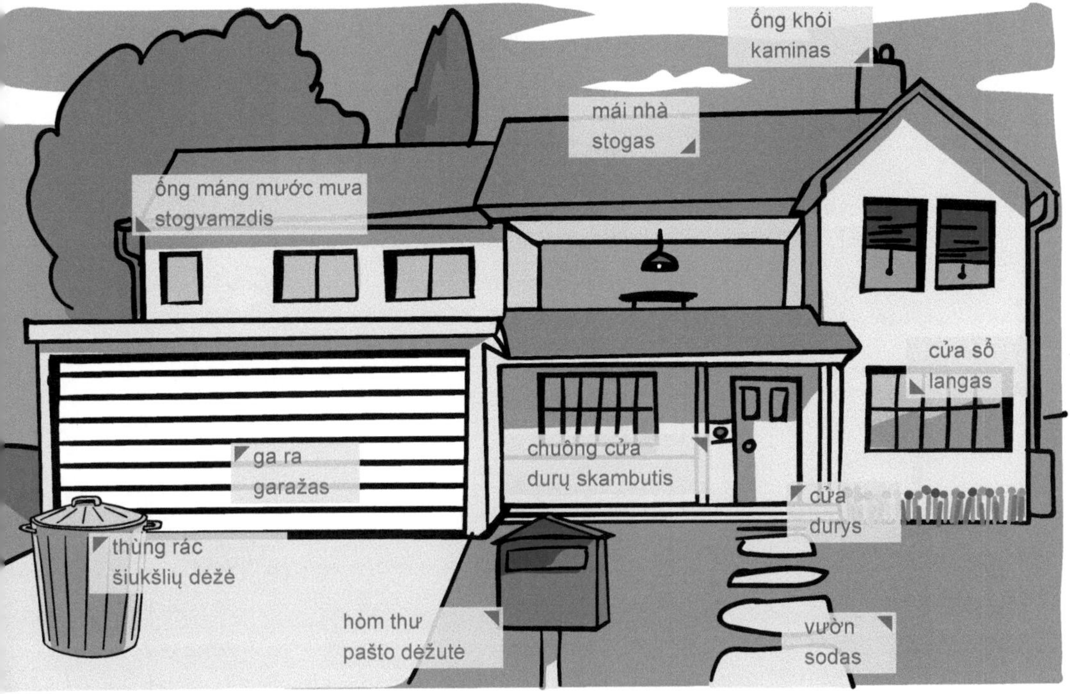
ống khói
kaminas
mái nhà
stogas
ống máng mước mưa
stogvamzdis
cửa sổ
langas
ga ra
garažas
chuông cửa
durų skambutis
cửa
durys
thùng rác
šiukšlių dėžė
hòm thư
pašto dėžutė
vườn
sodas

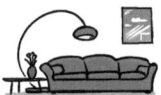

phòng khách

svetainė

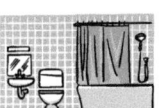

phòng tắm

vonios kambarys

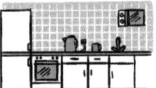

bếp

virtuvė

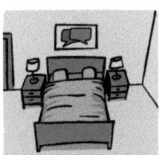

phòng ngủ

miegamasis

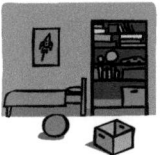

phòng trẻ em

vaiko kambarys

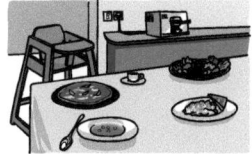

phòng ăn

valgomasis

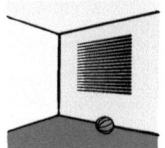

nền nhà
grindys

tường
siena

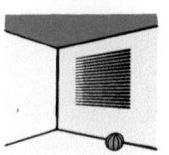

trần nhà
lubos

tầng hầm
rūsys

tắm hơi
sauna

ban công
balkonas

sân hiên
terasa

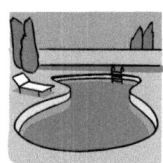

bể bơi
baseinas

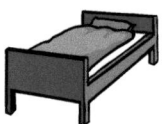

máy cắt cỏ
žoliapjovė

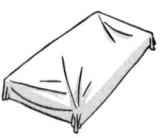

khăn trải giường
paklodė

khăn trải giường
lovatiesė

giường
lova

chổi
šluota

cái xô
kibiras

công tắc điện
jungiklis

phòng khách
svetainė

giấy dán tường
tapetai
hình ảnh
nuotrauka
đèn
šviestuvas
cái kệ
lentyna
tủ
spintelė
ti vi
televizorius
lò sưởi
židinys
bông hoa
gėlė
gối
pagalvėlė
ghế sofa
sofa
bình hoa
vaza
điều khiển từ xa
nuotolinio valdymo pultelis

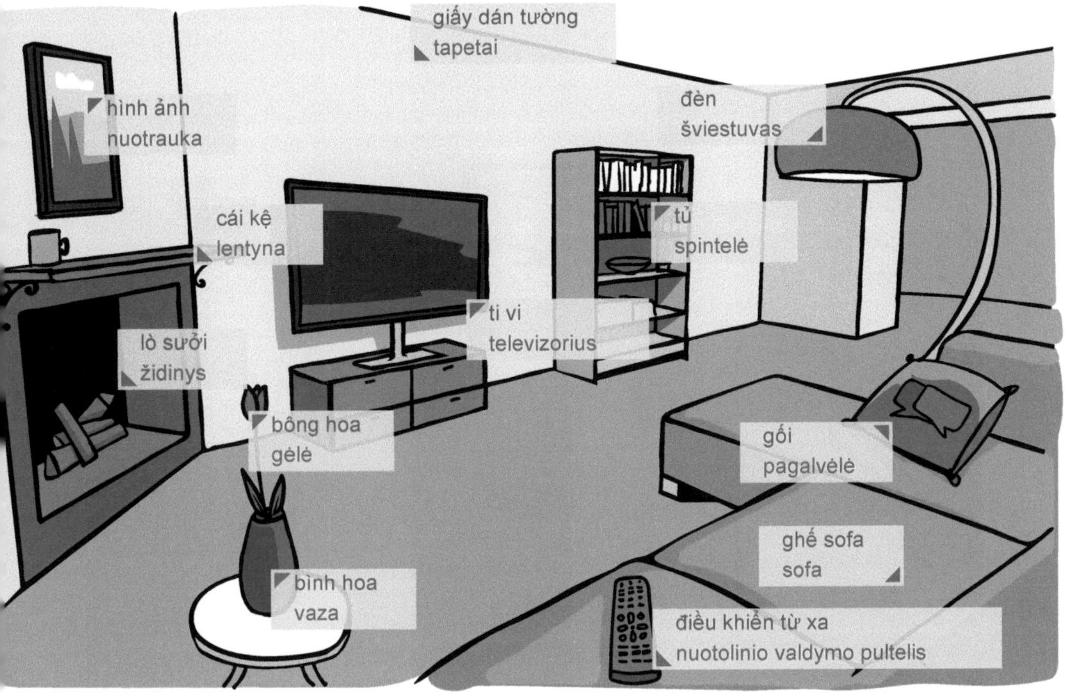

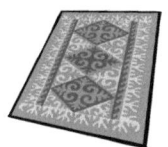

thảm

kilimas

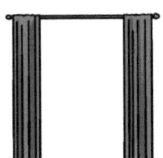

rèm

užuolaida

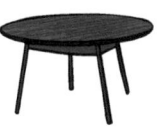

cái bàn

stalas

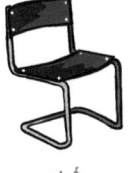

ghế

kėdė

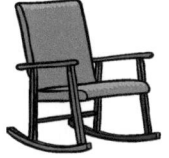

ghế bập bênh

supamasis krėslas

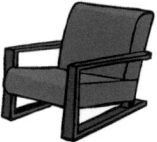

ghế bành

fotelis

sách

knyga

cái chăn

antklodė

đồ trang trí

papuošimai

củi

malkos

phim

filmas

máy hi-fi

stereo aparatūra

chìa khóa

raktas

báo

laikraštis

bức tranh

paveikslas

áp phích

plakatas

radio

radijas

sổ ghi chép

užrašų knygelė

máy hút bụi

dulkių siurblys

cây xương rồng

kaktusas

cây nến

žvakė

bếp
virtuvė

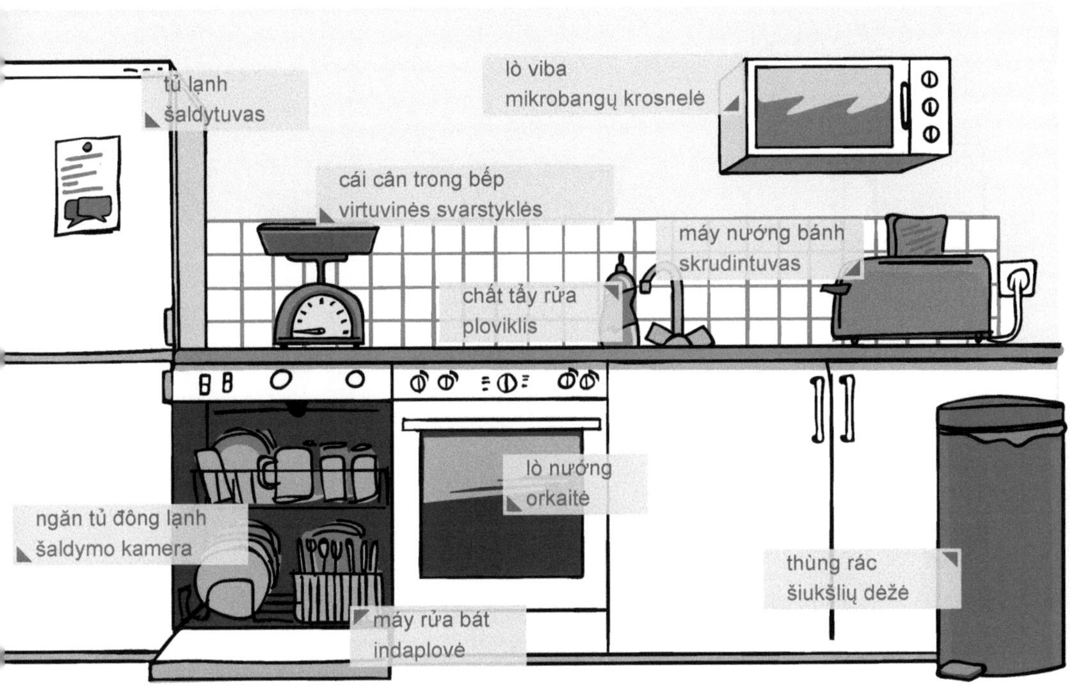

tủ lạnh
šaldytuvas
lò viba
mikrobangų krosnelė
cái cân trong bếp
virtuvinės svarstyklės
máy nướng bánh
skrudintuvas
chất tẩy rửa
ploviklis
lò nướng
orkaitė
ngăn tủ đông lạnh
šaldymo kamera
thùng rác
šiukšlių dėžė
máy rửa bát
indaplovė

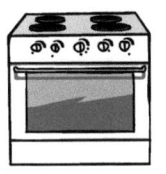

lò nấu

viryklė

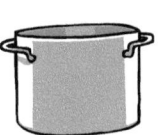

nồi

puodas

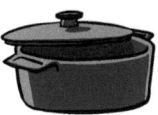

nồi sắt

ketaus puodas

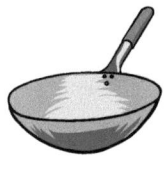

chảo

„wok“ keptuvė

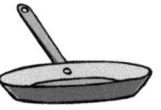

chảo

keptuvė

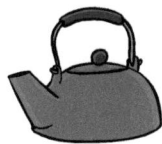

ấm đun nước

virdulys

nồi đun hơi

garų puodas

khay lò nướng

kepimo skarda

bát đĩa

porceliano indai

cốc

puodelis

cái bát

dubuo

đũa

valgomosios lazdelės

cái vá

samtis

bàn xẻng

mentelė

que đánh kem

plaktuvas

rây dùng trong bếp

koštuvas

cái rây lọc

sietas

cái nạo

trintuvė

vữa

grūstuvė

vỉ nướng

kepsninė

ngọn lửa trần

atvira liepsna

cái thớt

pjaustymo lentelė

trục cán bột

kočėlas

cái mở nút chai

kamščiatraukis

vỏ đồ hộp

skardinė

cái mở vỏ đồ hộp

skardinių atidarytuvas

miếng nhấc nồi

puodkėlė

bồn rửa bát

kriauklė

bàn chải

šepetys

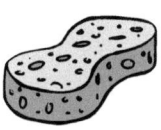

miếng xốp

kempinė

máy xay

trintuvas

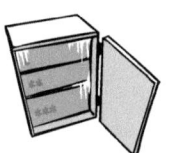

tủ đông lạnh

šaldiklis

bình sữa cho trẻ sơ sinh

kūdikių buteliukas

vòi nước

čiaupas

phòng tắm

vonios kambarys

lò sưởi
šildymas
khăn lau
rankšluostis
vòi hoa sen
dušas
rèm che ngăn tắm
dušo užuolaidos
tắm bọt
vonios putos
bồn tắm
vonia
cốc thủy tinh
stiklinė
máy giặt
skalbimo mašina
vòi nước
čiaupas
gạch lát
plytelės
cái bô
naktinis puodukas
bồn rửa bát
kriauklė

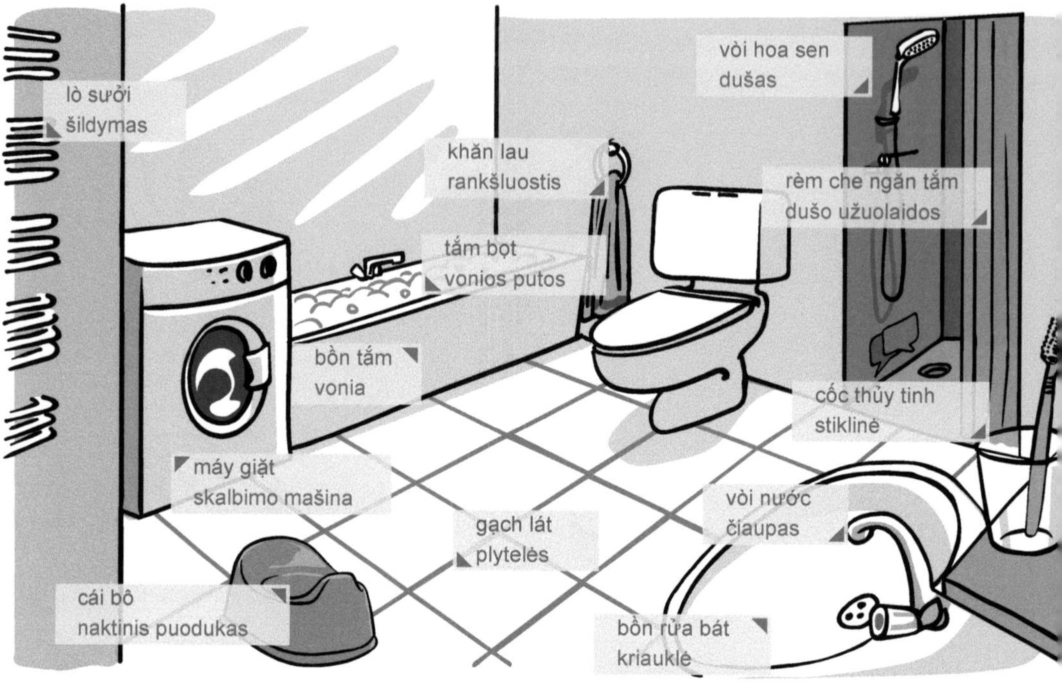

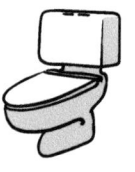

bồn cầu

unitazas

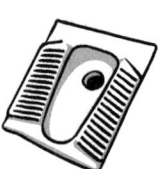

bồn cầu ngồi xổm

tupimasis unitazas

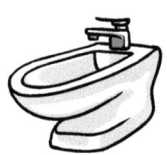

bồn rửa hậu môn

bidė

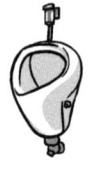

bồn tiểu tiện

pisuaras

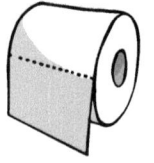

giấy vệ sinh

tualetinis popierius

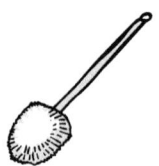

bàn chải cọ bồn cầu

unitazo šepetys

bàn chải đánh răng

dantų šepetėlis

kem đánh răng

dantų pasta

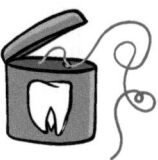

chỉ nha khoa

dantų siūlas

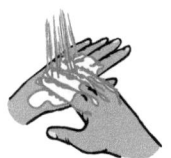

rửa

plauti

vòi sen cầm tay

dušo galvutė

vòi rửa hậu môn

higieninis dušas

bồn rửa

praustuvas

bàn chải cọ lưng

nugaros plaušinė

xà phòng

muilas

sữa tắm

dušo želė

dầu gội

šampūnas

khăn cọ để tắm

plaušinė

lỗ thoát nước

kanalizacija

kem

kremas

chất khử mùi

dezodorantas

gương

veidrodis

gương tay

veidrodėlis

dao cạo râu

skustuvas

kem cạo râu

skutimosi putos

nước thơm dùng sau khi cạo râu

losjonas po skutimosi

cái lược

šukos

bàn chải

šepetys

máy xấy tóc

plaukų džiovintuvas

keo xịt tóc

plaukų lakas

đồ trang điểm

makiažas

thỏi son môi

lūpdažis

sơn bôi móng

nagų lakas

bông

vata

kéo cắt móng

žirklutės nagams

nước hoa

kvepalai

túi đựng đồ tắm

maišelis skalbiniams

ghế đẩu

taburetė

cái cân

svarstyklės

áo choàng tắm

chalatas

găng tay làm vệ sinh

guminės pirštinės

nút gạc

tamponas

băng vệ sinh

higieninis įklotas

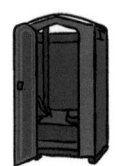

nhà vệ sinh hóa chất

biotualetas

phòng trẻ em

vaiko kambarys

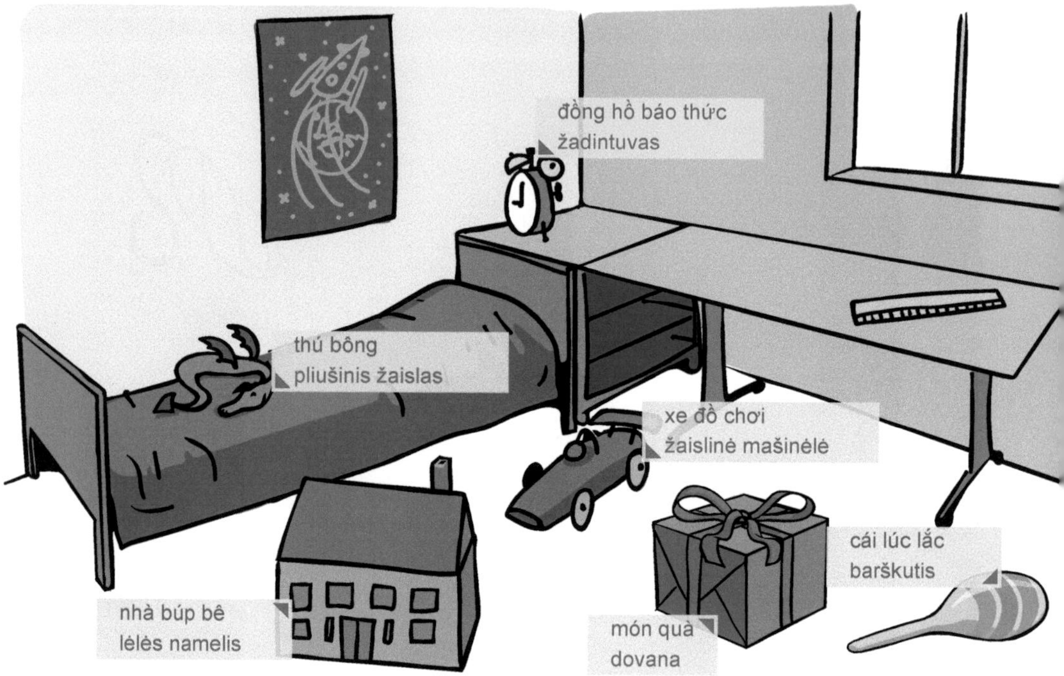

đồng hồ báo thức
žadintuvas
thú bông
pliušinis žaislas
xe đồ chơi
žaislinė mašinėlė
cái lúc lắc
barškutis
nhà búp bê
lėlės namelis
món quà
dovana

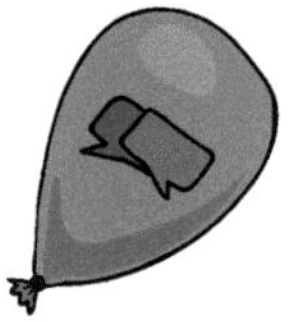

bong bóng

balionas

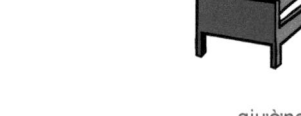

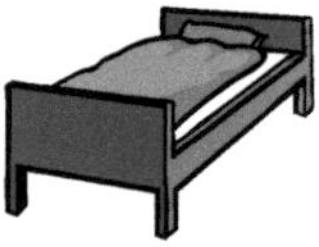

giường

lova

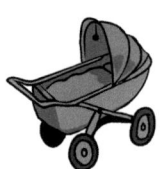

xe nôi

vaikiškas vežimėlis

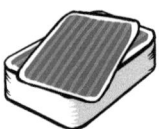

trò chơi bài

kortų malka

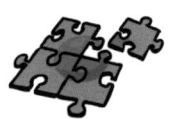

trò chơi ghép hình

delionė

SUPER
MEGA

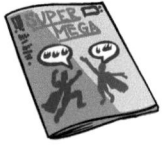

truyện tranh

komiksai

gạch Lego

lego kaladėlės

khối xếp hình

žaislinės kaladėlės

nhân vật hành động

figūrėlė

áo liền quần cho trẻ sơ sinh

šliaužtinukai

đĩa nhựa để ném

mėtymo lėkštė

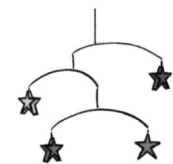

đồ chơi treo trên giường

karuselė

trò chơi cờ bàn

stalo žaidimas

xúc xắc

kauliukai

đồ chơi xe lửa mô hình

žaislinis traukinys

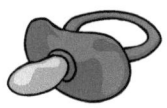

ti giả

žindukas

buổi tiệc

vakarėlis

sách tranh

paveiksliukų knygelė

quả bóng

kamuolys

búp bê

lėlė

chơi

žaisti

hố cát

smėlio dėžė

cái đu

sūpynės

đồ chơi

žaislai

máy chơi game cầm tay

žaidimų konsolė

xe ba bánh

triratukas

gấu bông

meškiukas

tủ quần áo

drabužių spinta

y phục

drabužis

bít tất

kojinės

bít tất dài

kojinės virš kelių

quần tất

pėdkelnės

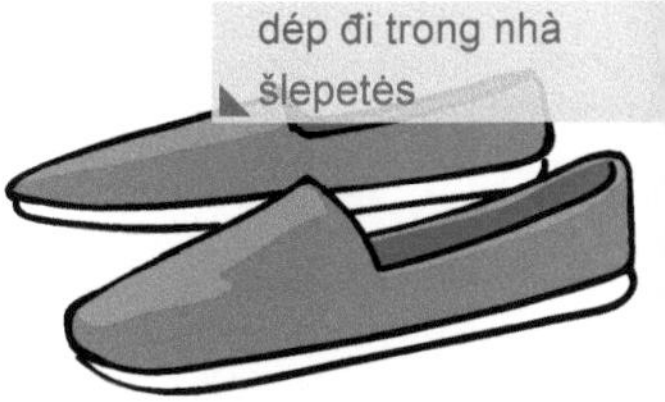

khăn choàng cổ
šalikas

ô che mưa
skėtis

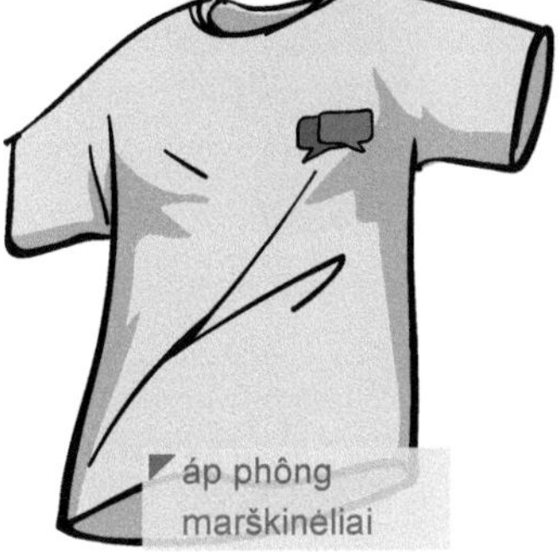

áp phông
marškinėliai

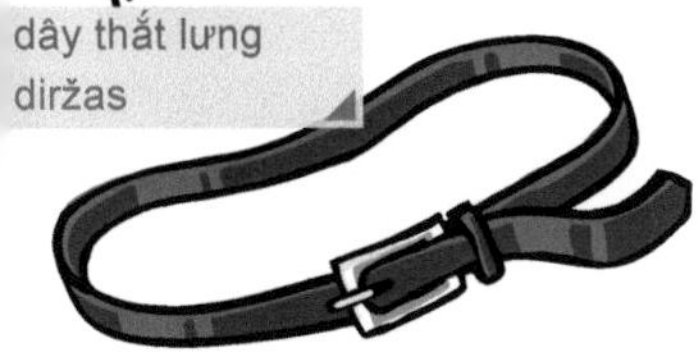

dây thắt lưng
diržas

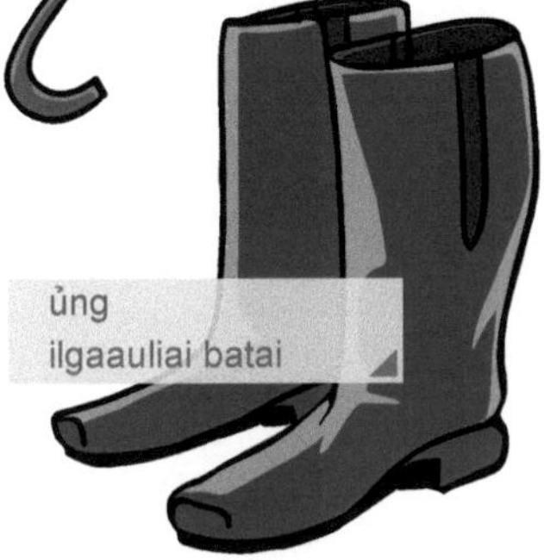

dép đi trong nhà
šlepetės

giày sneaker
sportbačiai

ủng
ilgaauliai batai

dép xăng đan
....
sandalai

giày
....
batai

ủng cao su
....
guminiai batai

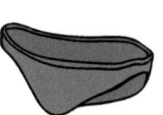

quần lót
....
trumpikės

áo ngực
....
liemenėlė

áo vest
....
liemenė

áo ôm sát cơ thể

glaustinukė

quần dài

kelnės

quần bò

džinsai

váy

sijonas

áo cánh

palaidinė

áo sơ mi

marškiniai

áo len chui đầu

megztinis

áo len

megztinis su gobtuvu

áo blazer

švarkelis

áo jacket

švarkas

áo khoác

paltas

áo mưa

lietpaltis

trang phục

kostiumas

áo váy

suknelė

áo cưới

vestuvinė suknelė

bộ com lê

kostiumas

áo ngủ

naktiniai marškiniai

pijama

pižama

trang phục sari

saris

khăn trùm đầu

skarelė

khăn đội đầu

tiurbanas

áo burka

burka

áo captan

kaftanas

áo aba

abaja

quần áo bơi

maudymosi kostiumėlis

quần bơi

glaudės

quần đùi

šortai

quần áo tracksuit

sportinis kostiumas

tạp dề

prijuostė

găng tay

pirštinės

y phục - drabužis

cái cúc

saga

kính mắt

akiniai

vòng đeo tay

apyranké

vòng cổ

vérinys

nhẫn

žiedas

hoa tai

auskaras

mũ lưỡi trai

kepurė

cái mắc treo áo quần

pakabas

mũ

skrybėlė

cà vạt

kaklaraištis

dây kéo phéc mơ tuya

užtrauktukas

mũ bảo hiểm

šalmas

dây đeo quần

breketai

đồng phục học sinh

mokyklinė uniforma

đồng phục

uniforma

yếm trẻ em
seilinukas

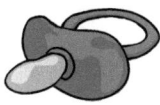

ti giả
žindukas

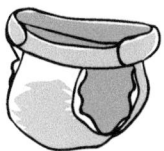

tã lót
vystyklai

văn phòng
biuras

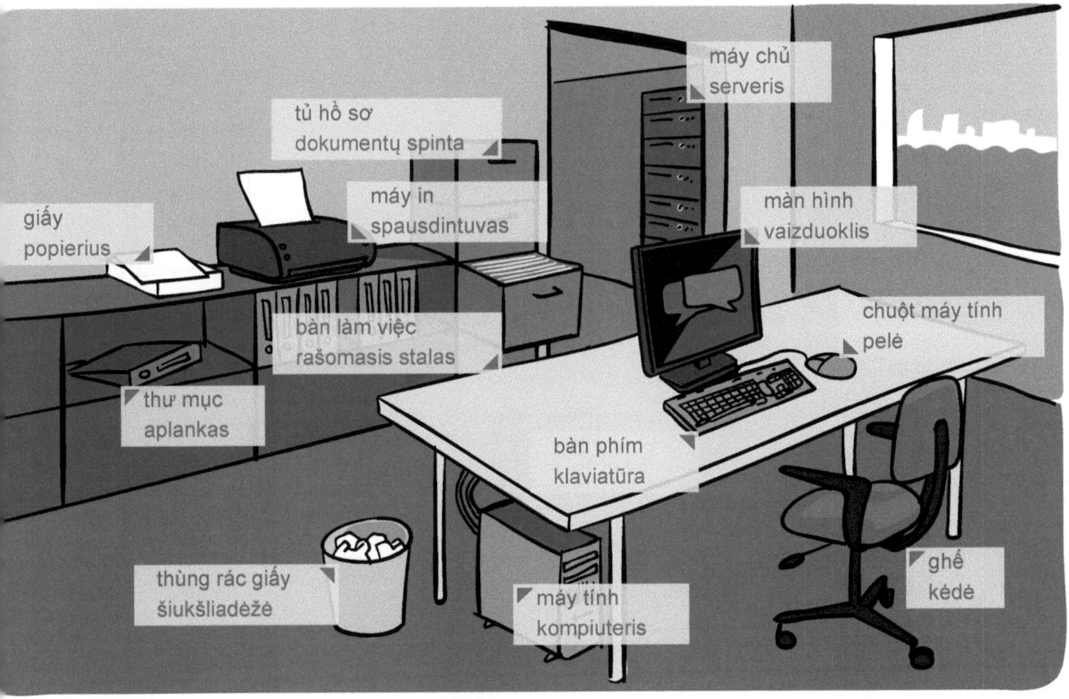

máy chủ
serveris

tủ hồ sơ
dokumentų spinta

máy in
spausdintuvas

giấy
popierius

màn hình
vaizduoklis

chuột máy tính
pelė

bàn làm việc
rašomasis stalas

thư mục
aplankas

bàn phím
klaviatūra

thùng rác giấy
šiukšliadėžė

máy tính
kompiuteris

ghế
kėdė

cốc cà phê
kavos puodelis

máy tính bỏ túi
kalkuliatorius

internet
internetas

laptop

nešiojamasis kompiuteris

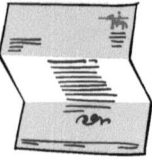

thư

laiškas

tin nhắn

žinutė

điện thoại di động

mobilusis telefonas

mạng

tinklas

máy photocopy

fotokopijavimo aparatas

phần mềm

programinė įranga

điện thoại

telefonas

ổ cắm điện

kištukinis lizdas

máy fax

faksas

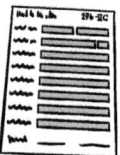

mẫu đơn

forma

chứng từ

dokumentas

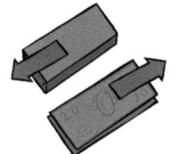

mua

pirkti

trả tiền

mokéti

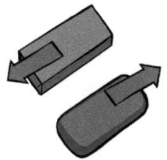

buôn bán

prekiauti

tiền

pinigai

 **USD**

đô la

doleris

 **EUR**

Euro

euras

 **JPY**

yên

jena

 **RUB**

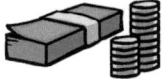

rúp

rublis

 **CHF**

franc Thụy Sĩ

Šveicarijos frankas

 **CNY**

nhân dân tệ

juanis

 **INR**

rupi

rupija

máy rút tiền tự động

bankomatas

quầy đổi tiền

valiutos keitykla

vàng

auksas

bạc

sidabras

dầu

nafta

năng lượng

energija

giá tiền

kaina

hợp đồng

sutartis

thuế

mokestis

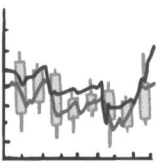

cổ phiếu

akcijos

làm việc

dirbti

nhân viên

darbuotojas

chủ lao động

darbdavys

nhà máy

gamykla

cửa hiệu

parduotuvė

nghề nghiệp
profesijos

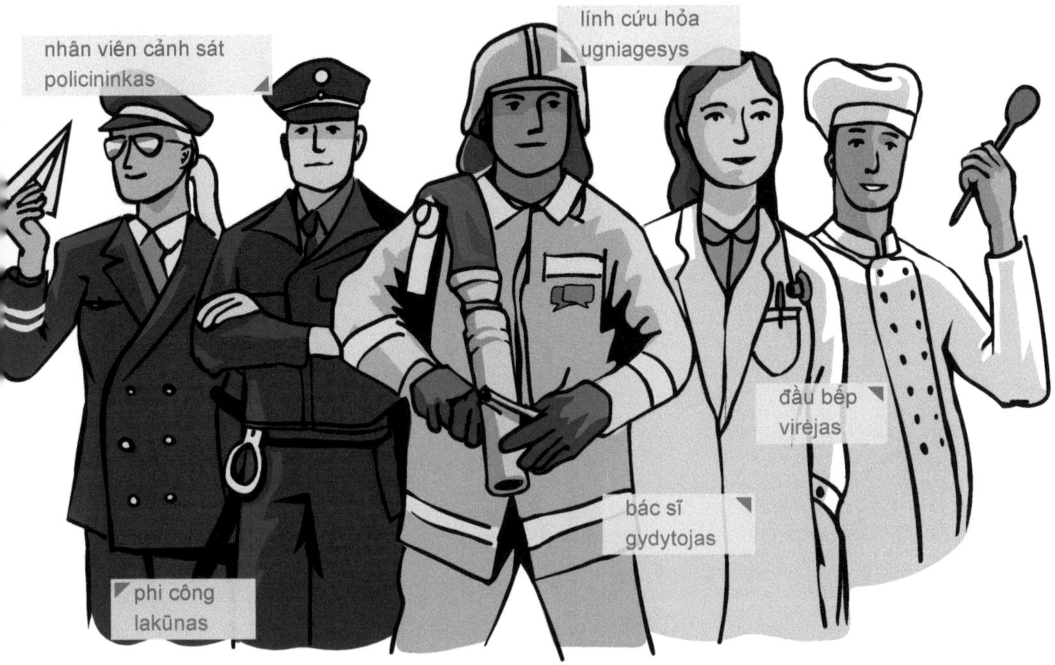
nhân viên cảnh sát
policininkas
lính cứu hỏa
ugniagesys
đầu bếp
virėjas
bác sĩ
gydytojas
phi công
lakūnas

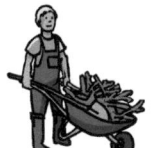

người làm vườn

sodininkas

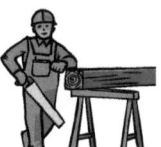

thợ mộc

stalius

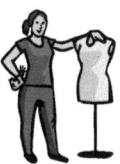

thợ may

siuvėja

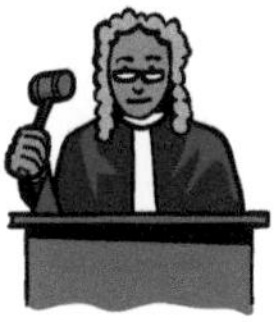

chánh án

teisėjas

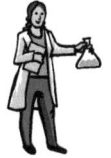

nhà hóa học

chemikas

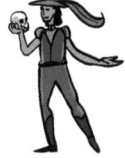

diễn viên

aktorius

tài xế xe buýt

autobuso vairuotojas

người lái taxi

taksi vairuotojas

ngư dân

žvejys

người lau dọn vệ sinh

valytoja

thợ lợp mái nhà

stogdengys

bồi bàn

padavėjas

thợ săn

medžiotojas

họa sĩ

dailininkas

thợ làm bánh

kepėjas

thợ điện

elektrikas

thợ xây dựng

statybininkas

kỹ sư

inžinierius

người hàng thịt

mėsininkas

thợ sửa ống nước

santechnikas

người đưa thư

paštininkas

người lính

kareivis

kiến trúc sư

architektas

nhân viên thu ngân

kasininkas

người bán hoa

gėlininkas

thợ cắt tóc

kirpėjas

nhân viên soát vé

konduktorius

thợ cơ khí

mechanikas

thuyền trưởng

kapitonas

nha sĩ

odontologas

nhà khoa học

mokslininkas

giáo sĩ Do thái

rabinas

lãnh tụ Hồi giáo

imamas

nhà sư

vienuolis

mục sư

kunigas

dụng cụ
įrankiai

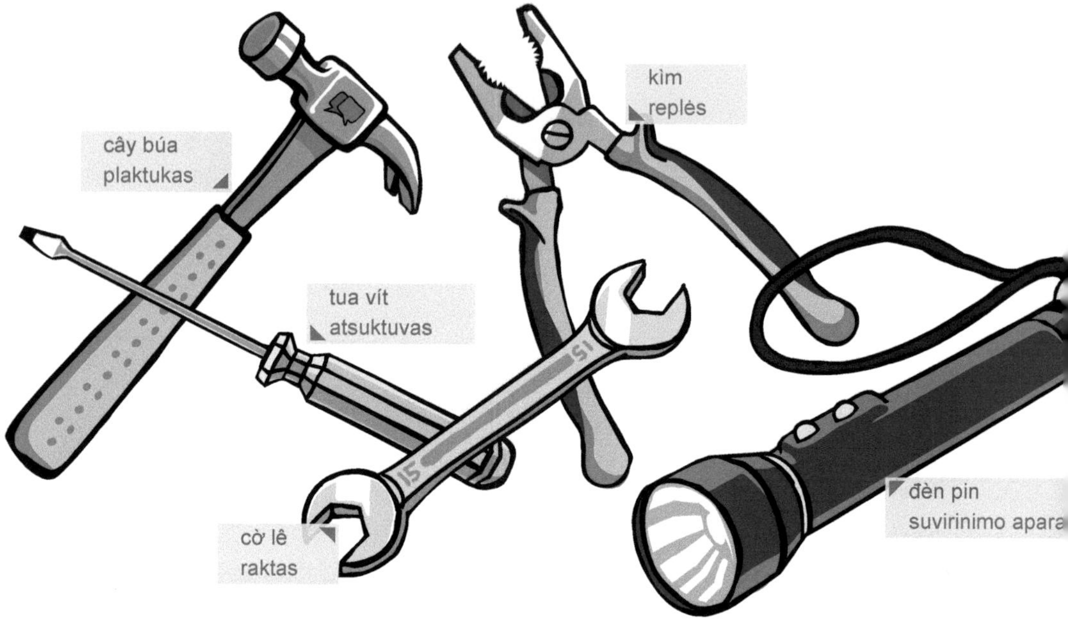

kìm
replės
cây búa
plaktukas
tua vít
atsuktuvas
đèn pin
suvirinimo apara
cờ lê
raktas

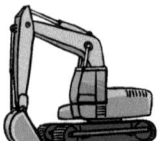

máy xúc đất

ekskavatorius

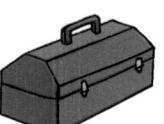

hộp dụng cụ

įrankių dėžė

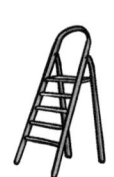

cái thang

kopėčios

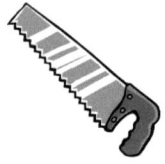

cưa

pjūklas

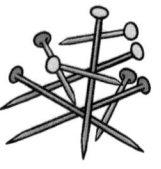

đinh

vinys

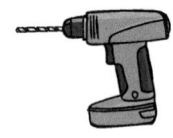

máy khoan

grąžtas

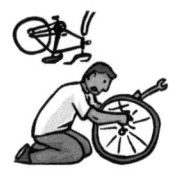

sửa chữa

taisyti

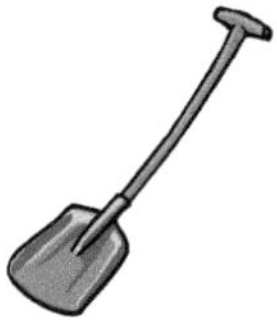

cái xẻng

kastuvas

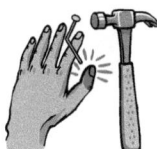

khốn nạn!

Velniava!

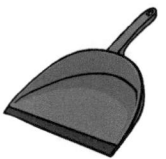

cái hót rác

semtuvėlis

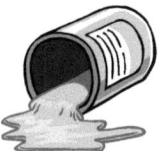

thùng sơn

dažų skardinė

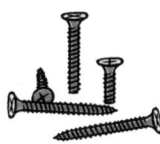

vít

varžtai

nhạc cụ
muzikos instrumentai

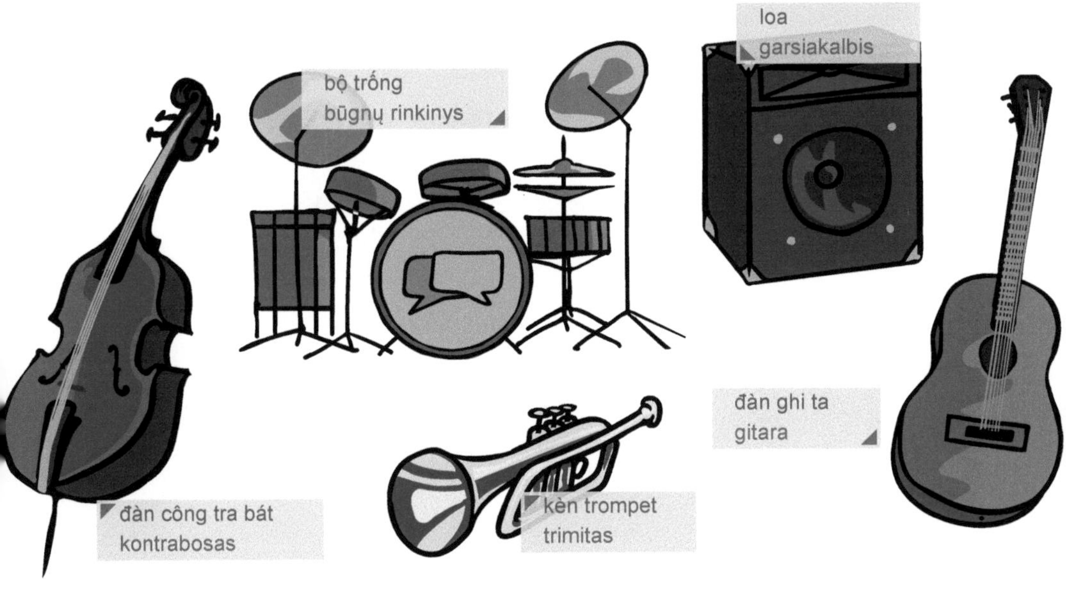
loa
garsiakalbis
bộ trống
būgnų rinkinys
đàn ghi ta
gitara
đàn công tra bát
kontrabosas
kèn trompet
trimitas

đàn piano

pianinas

đàn vĩ cầm

smuikas

ghi ta bass

bosinė gitara

trống định âm

timpanas

trống

būgnai

đàn organ

sintezatorius

kèn Saxophone

saksofonas

sáo

fleita

micro

mikrofonas

vườn bách thú
zoologijos sodas

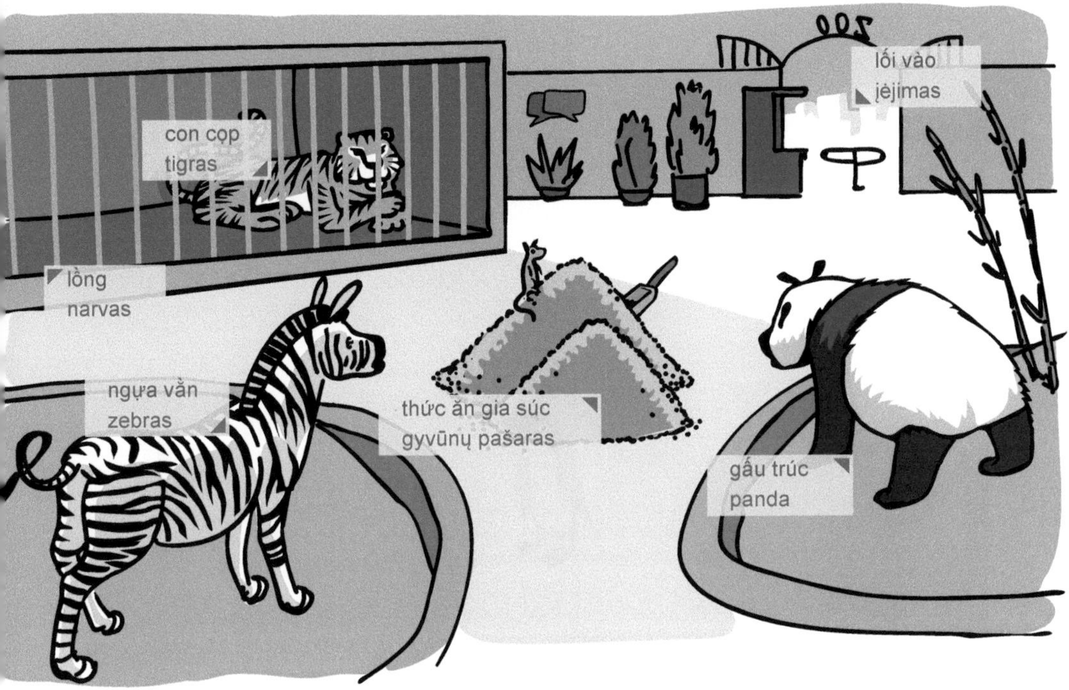

con cọp
tigras
lối vào
įėjimas
lồng
narvas
ngựa vằn
zebras
thức ăn gia súc
gyvūnų pašaras
gấu trúc
panda

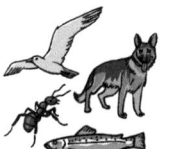

động vật
gyvūnai

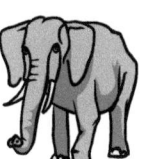

con voi
dramblys

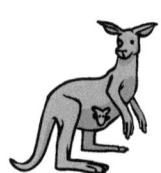

chuột túi
kengūra

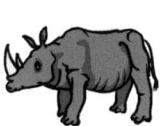

tê giác
raganosis

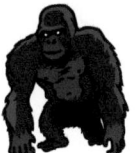

khỉ đột
gorila

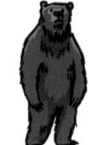

con gấu
meška

lạc đà
kupranugaris

đà điểu
strutis

sư tử
liūtas

con khỉ
beždžionė

hồng hạc
flamingas

con vẹt
papūga

gấu bắc cực
baltoji meška

chim cánh cụt
pingvinas

cá mập
ryklys

con công
povas

con rắn
gyvatė

cá sấu
krokodilas

người trông giữ vườn bách
thú
zoologijos sodo prižiūrėtojas

hải cẩu
ruonis

báo đốm
jaguaras

ngựa lùn

ponis

con báo

leopardas

hà mã

begemotas

hươu cao cổ

žirafa

đại bàng

erelis

heo rừng

šernas

cá

žuvis

con rùa

vėžlys

hải mã

vėplys

con cáo

lapė

linh dương

gazelė

bóng bầu dục Mỹ
amerikietiškas futbolas

đua xe đạp
dviračių sportas

quần vợt
tenisas

bóng rổ
krepšinis

bơi
plaukimas

đấm bốc
boksas

khúc côn cầu trên băng
ledo ritulys

bóng đá
futbolas

cầu lông
badmintonas

điền kinh
atletika

bóng ném
rankinis

trượt tuyết
slidinėjimas

polo
polas

cười
juoktis

nhảy
šokinėti

ôm
apkabinti

đi bộ
vaikščioti

ca hát
dainuoti

mơ
svajoti

cầu nguyện
melstis

hôn
bučiuoti

viết
rašyti

vẽ
piešti

chỉ trỏ
rodyti

đẩy
stumti

cho
duoti

lấy đi
imti

có
turėti

làm
daryti

thì / là
būti

đứng
stovėti

chạy
bėgti

kéo
traukti

ném
mesti

rơi
kristi

nằm
meluoti

chờ đợi
laukti

mang vác
nešti

ngồi
sėdėti

mặc quần áo
rengtis

ngủ
miegoti

thức dậy
pabusti

xem
žiūrėti

khóc
verkti

vuốt ve
glostyti

chải
šukuoti

nói chuyện
kalbėti

hiểu
suprasti

câu hỏi
paklausti

nghe
klausytis

uống
gerti

ăn
valgyti

dọn dẹp
tvarkytis

yêu
mylėti

nấu nướng
gaminti

lái xe
vairuoti

bay
skristi

đi thuyền buồm

buriuoti

tính toán

skaičiuoti

đọc

skaityti

học

mokytis

làm việc

dirbti

cưới

vesti

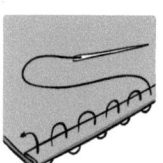

khâu vá

siūti

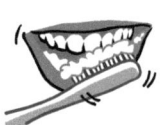

đánh răng

valytis dantis

giết

žudyti

hút thuốc

rūkyti

gửi đi

siųsti

gia đình
šeima

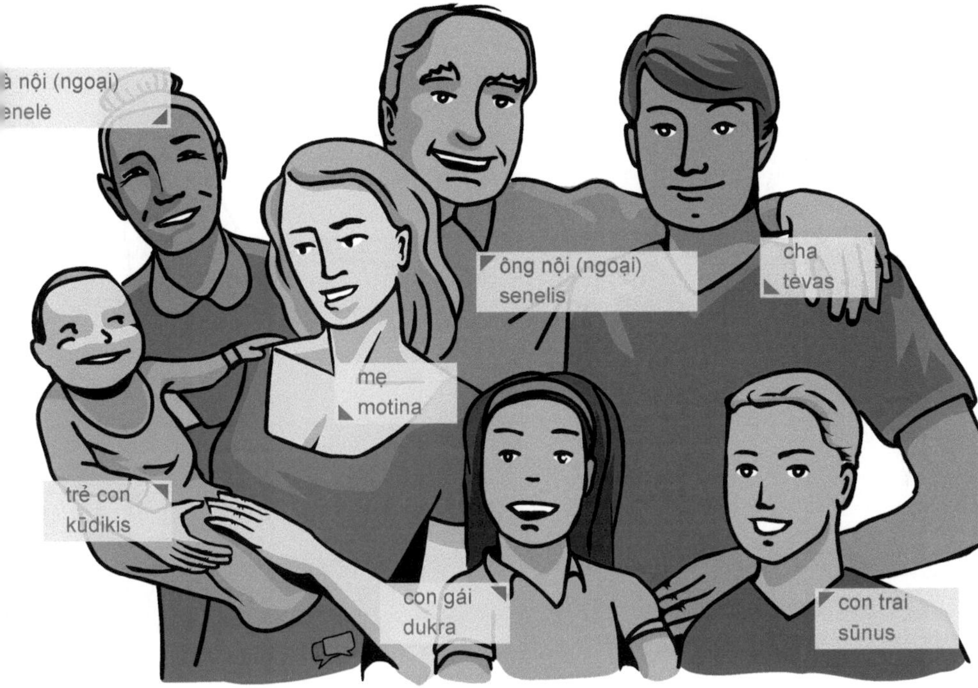
à nội (ngoại)
enelė
ông nội (ngoại)
senelis
cha
tėvas
mẹ
motina
trẻ con
kūdikis
con gái
dukra
con trai
sūnus

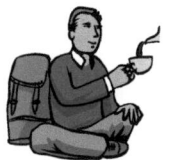

khách
svečias

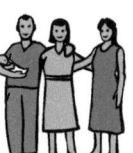

cô (dì)
teta

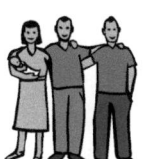

chú, bác (cậu)
dėdė

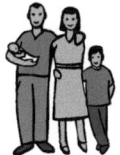

anh (em) trai
brolis

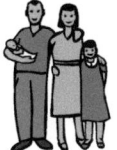

chị (em) gái
sesuo

cơ thể

kūnas

trán
kakta
mắt
akis
mặt
veidas
cằm
smakras
ngực
krūtinė
ngón tay
pirštas
bàn tay
plaštaka
cánh tay
ranka
vai
petys
chân
koja

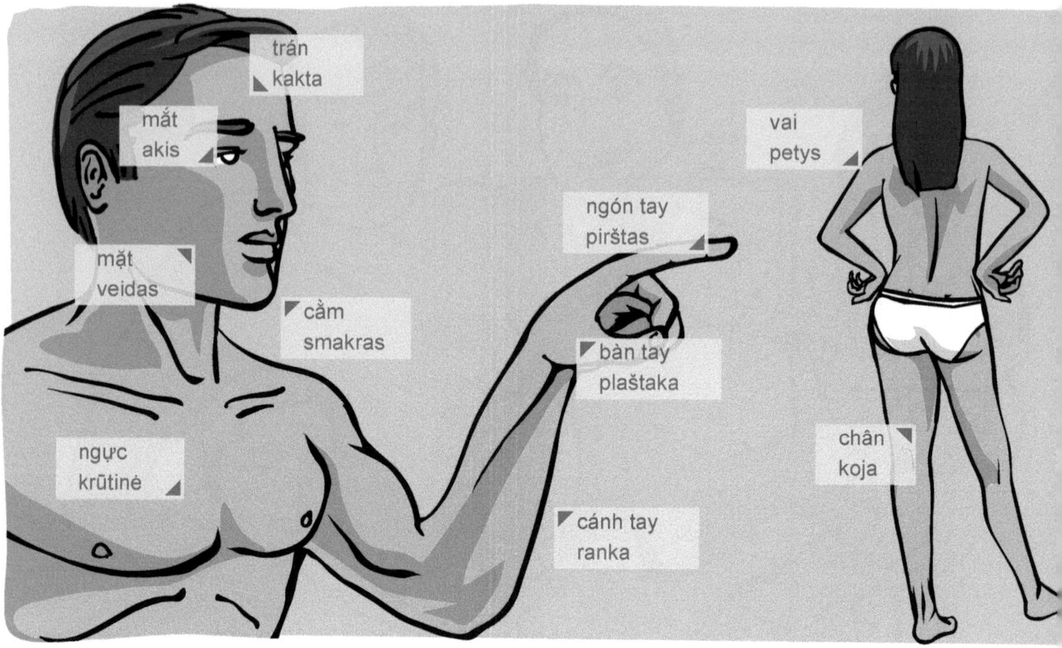

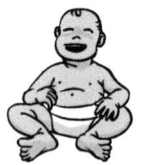

trẻ con

kūdikis

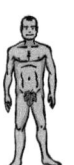

đàn ông

vyras

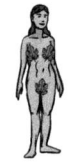

phụ nữ

moteris

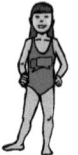

bé gái

mergaitė

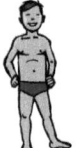

bé trai

berniukas

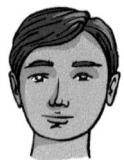

đầu

galva

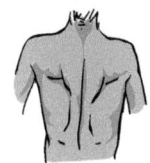

lưng
nugara

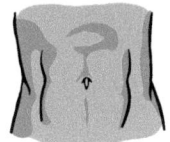

bụng
pilvas

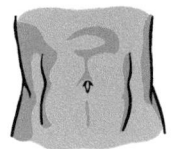

rốn
bamba

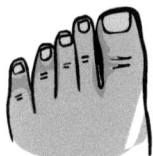

ngón chân
kojos pirštas

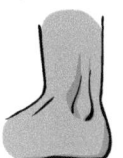

gót chân
kulnas

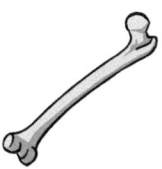

xương
kaulas

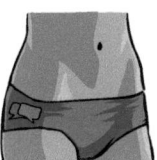

hông
klubas

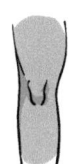

đầu gối
kelis

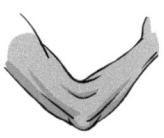

khuỷu tay
alkūnė

mũi
nosis

mông
sėdmenys

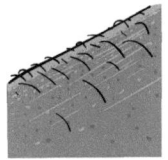

da
oda

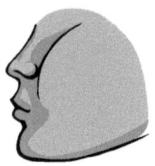

má
skruostas

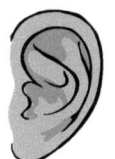

tai
ausis

môi
lūpa

miệng

burna

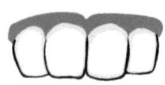

răng

dantis

lưỡi

liežuvis

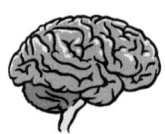

não

smegenys

tim

širdis

cơ bắp

raumuo

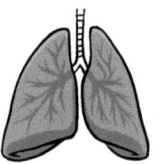

phổi

plaučiai

gan

kepenys

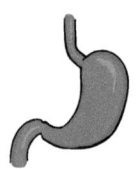

dạ dày

skrandis

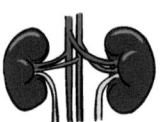

thận

inkstai

giao hợp

seksas

bao cao su

prezervatyvas

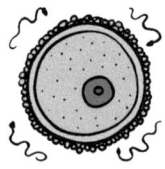

noãn

kiaušialąstė

tinh dịch

sperma

mang thai

nėštumas

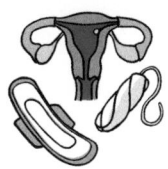

kinh nguyệt

menstruacijos

âm vật

makštis

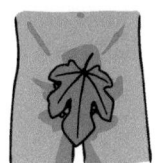

dương vật

varpa

lông mày

antakis

tóc

plaukai

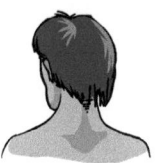

cổ

kaklas

bệnh viện
ligoninė

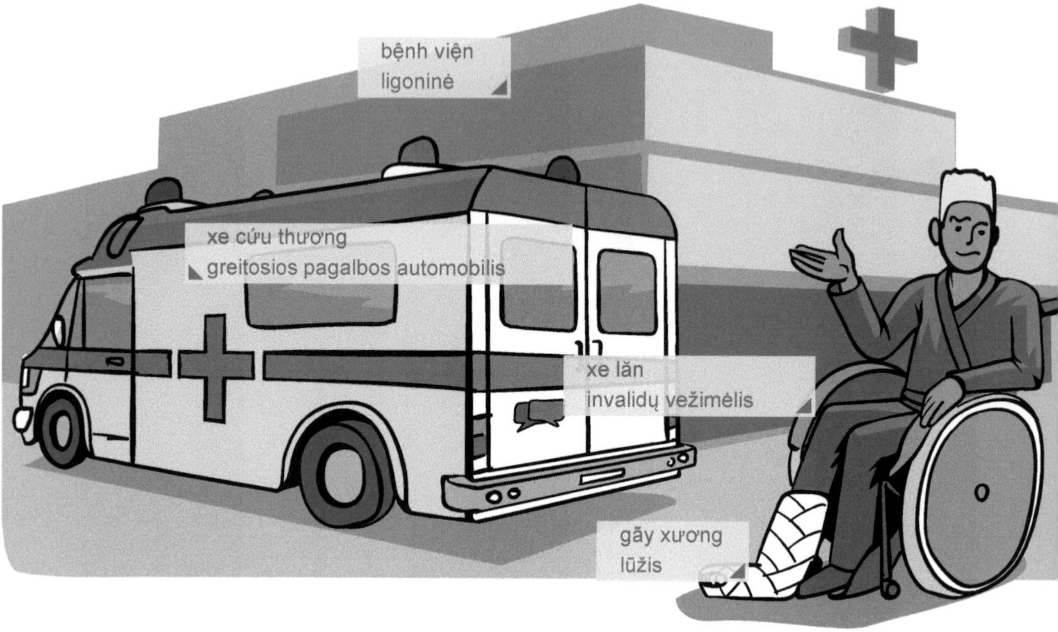

bệnh viện
ligoninė
xe cứu thương
greitosios pagalbos automobilis
xe lăn
invalidų vežimėlis
gãy xương
lūžis

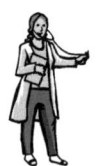

bác sĩ

gydytojas

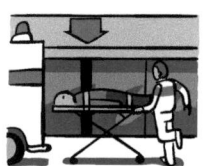

phòng cấp cứu

skubios pagalbos skyrius

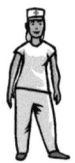

y tá

slaugytoja

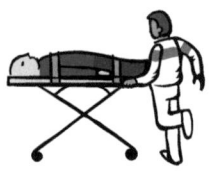

cấp cứu

nelaimingas atsitikimas

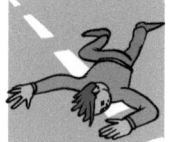

bất tỉnh

be sąmonės

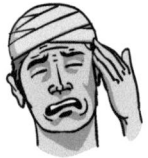

cơn đau

skausmas

bị thương

sužalojimas

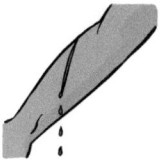

chảy máu

kraujavimas

nhồi máu cơ tim

širdies smūgis

đột quỵ

insultas

dị ứng

alergija

ho

kosulys

sốt

karščiavimas

cúm

gripas

tiêu chảy

viduriavimas

đau đầu

galvos skausmas

ung thư

vėžys

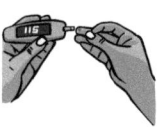

bệnh tiểu đường

diabetas

bác sĩ phẫu thuật

chirurgas

dao mổ

skalpelis

giải phẫu

operacija

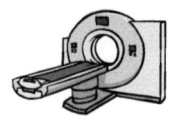

chụp cắt lớp

KT

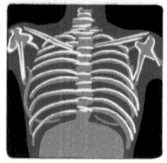

chụp x-quang

rentgenas

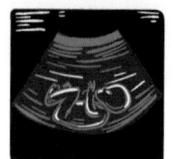

siêu âm

ultragarsas

mặt nạ

veido kaukė

bệnh

liga

phòng đợi

laukiamasis

cái nạng

ramentas

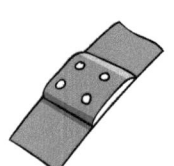

băng dán vết thương

gipsas

băng bó

tvarstis

tiêm thuốc

injekcija

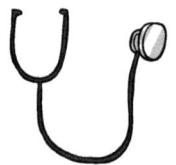

ống nghe khám bệnh

stetoskopas

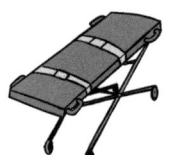

băng ca

neštuvai

nhiệt kế

termometras

sinh đẻ

gimimas

thừa cân

antsvoris

máy trợ thính

klausos aparatas

chất khử trùng

dezinfekavimo priemonė

nhiễm trùng

infekcija

vi rút

virusas

HIV / AIDS

ŽIV / AIDS

thuốc

vaistas

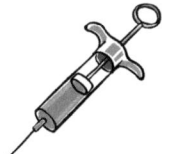

tiêm chủng

skiepijimas

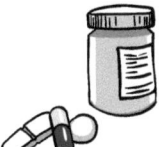

thuốc viên

tabletės

viên thuốc

piliulė

gọi cấp cứu

skubios pagalbos numeris

máy đo huyết áp

kraujospūdžio matuoklis

bệnh / khỏe mạnh

ligotas / sveikas

cứu!

Padėkite!

báo động

pavojaus signalas

cuộc đột kích

užpuolimas

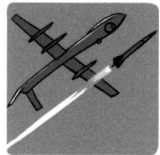

sự tấn công

ataka

mối nguy hiểm

pavojus

lối thoát hiểm

avarinis išėjimas

cháy!

Gaisras!

bình chữa cháy

gesintuvas

tai nạn

nelaimingas atsitikimas

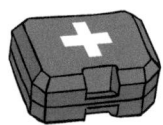

bộ dụng cụ sơ cứu

pirmosios pagalbos rinkinys

SOS

SOS

cảnh sát

policija

châu Âu

Europa

Bắc Mỹ

Šiaurės Amerika

Nam Mỹ

Pietų Amerika

châu Phi

Afrika

châu Á

Azija

châu Úc

Australija

Đại Tây Dương

Atlanto vandenynas

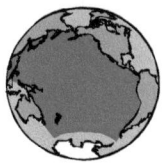

Thái Bình Dương

Ramusis vandenynas

Ấn Độ Dương

Indijos vandenynas

Nam Cực Dương

Pietų vandenynas

Bắc Băng Dương

Arkties vandenynas

bắc cực

Šiaurės ašigalis

nam cực
Pietų ašigalis

nam cực
Antarktida

trái đất
Žemė

đất liền
sausuma

biển
jūra

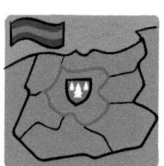

đảo
sala

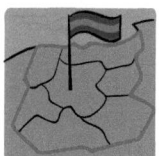

quốc gia
tauta

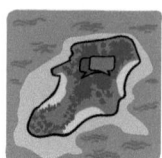

nhà nước
valstybė

mặt đồng hồ

ciferblatas

kim chỉ giờ

valandinė rodyklė

kim chỉ phút

minutinė rodyklė

kim chỉ giây

sekundinė rodyklė

Bây giờ là mấy giờ?

Kiek valandų?

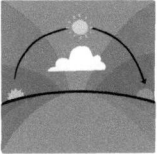

ngày

diena

thời gian

laikas

bây giờ

dabar

đồng hồ điện tử

skaitmeninis laikrodis

phút

minutė

giờ

valanda

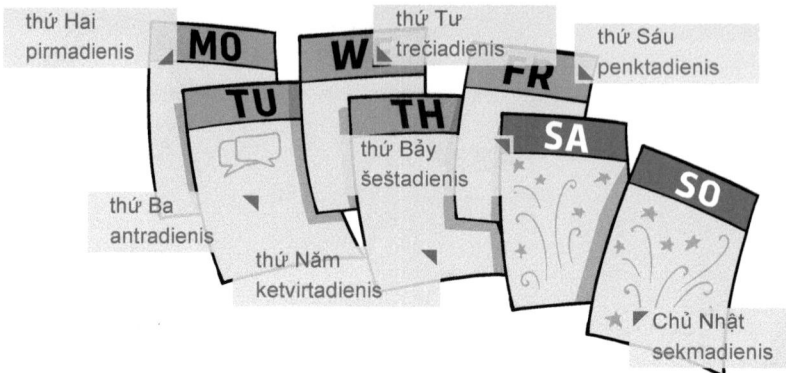

thứ Hai
pirmadienis

thứ Tư
trečiadienis

thứ Sáu
penktadienis

thứ Ba
antradienis

thứ Bảy
šeštadienis

thứ Năm
ketvirtadienis

Chủ Nhật
sekmadienis

hôm qua
vakar

hôm nay
šiandien

ngày mai
rytoj

buổi sáng
rytas

buổi trưa
vidurdienis

buổi tối
vakaras

ngày làm việc
darbo dienos

cuối tuần
savaitgalis

cầu vồng
vaivorykštė

mưa
lietus

gió
vėjas

tuyết
sniegas

mùa xuân
pavasaris

mùa thu
ruduo

mùa hè
vasara

mùa đông
žiema

4.APRIL	11°	☀
5.APRIL	4°	☁
6.APRIL	13°	☂
7.APRIL	8°	☀
8.APRIL	10°	☀

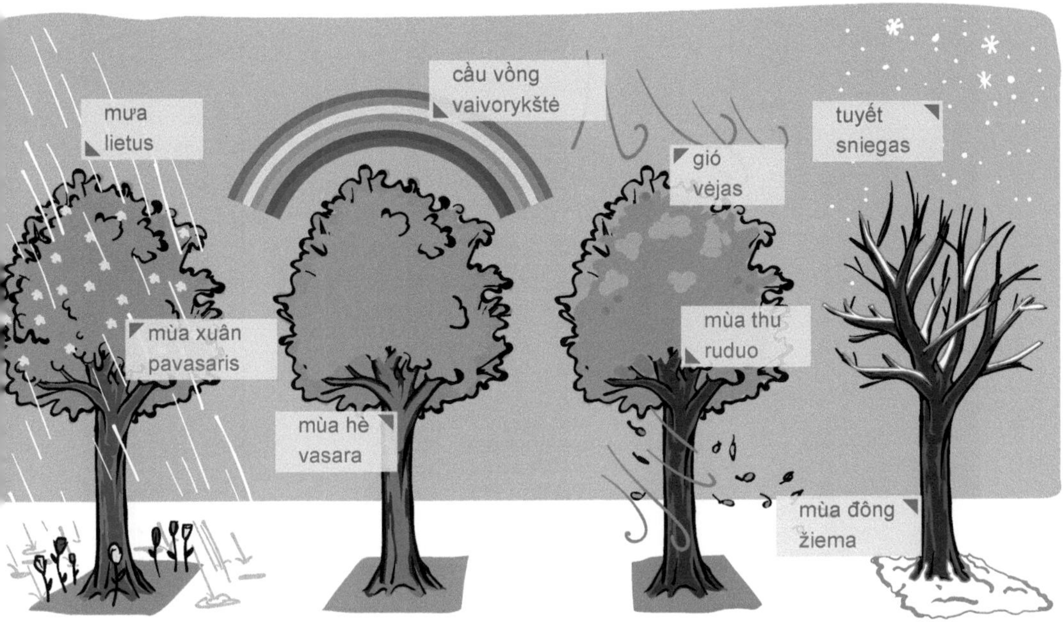

dự báo thời tiết

orų prognozė

nhiệt kế

lauko termometras

ánh nắng

saulės šviesa

mây

debesis

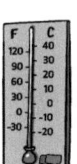

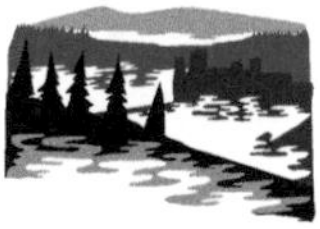

sương mù

rūkas

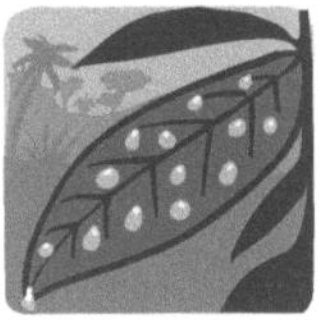

độ ẩm không khí

drėgmė

tia chớp

žaibas

sấm sét

griaustinis

cơn bão

audra

mưa đá

kruša

gió mùa

musonas

lũ lụt

potvynis

nước đá

ledas

tháng Một

sausis

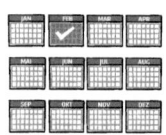

tháng Hai

vasaris

tháng Ba

kovas

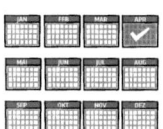

tháng Tư

balandis

tháng Năm

gegužė

tháng Sáu

birželis

tháng Bảy

liepa

tháng Tám

rugpjūtis

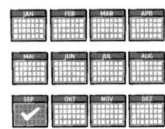

tháng Chín

rugsėjis

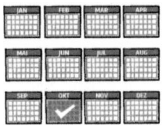

tháng Mười

spalis

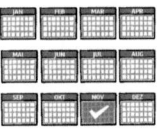

tháng Mười Một

lapkritis

tháng Mười Hai

gruodis

hình dạng
formos

hình tròn

apskritimas

hình vuông

kvadratas

hình chữ nhật

stačiakampis

hình tam giác

trikampis

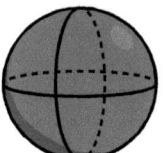

hình cầu

sfera

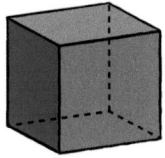

khối vuông

kubas

màu trắng

balta

màu vàng

geltona

màu cam

oranžinė

màu hồng

rožinė

màu đỏ

raudona

màu tím

violetinė

màu xanh dương

mėlyna

màu xanh lá cây

žalia

màu nâu

ruda

màu xám

pilka

màu đen

juoda

nhiều / ít

daug / mažai

tức tối / điềm tĩnh

piktas / ramus

xinh đẹp / xấu xí

gražus / bjaurus

bắt đầu / kết thúc

pradžia / pabaiga

to / nhỏ

didelis / mažas

sáng / tối

šviesus / tamsus

anh (em) trai / chị (em) gái

brolis / sesuo

sạch / bẩn

švarus / purvinas

đủ / thiếu

užbaigtas / neužbaigtas

ngày / đêm

diena / naktis

chết / sống

miręs / gyvas

rộng / chật hẹp

platus / siauras

ăn được / không ăn được

valgomas / nevalgomas

ác / tử tế

piktas / malonus

hào hứng / chán nản

linksmas / nuobodus

béo / gầy

storas / plonas

đầu tiên / cuối cùng

pirmiausia / paskiausia

bạn / thù

draugas / priešas

đầy / rỗng

pilnas / tuščias

cứng / mềm

kietas / minkštas

nặng / nhẹ

sunkus / lengvas

đói / khát

alkis / troškulys

bệnh / khỏe mạnh

ligotas / sveikas

bất hợp pháp / hợp pháp

nelegalus / legalus

thông minh / ngu

protingas / kvailas

trái / phải

kairė / dešinė

gần / xa

arti / toli

mới / cũ

naujas / naudotas

không có gì cả / có cái gì đó

niekas / kažkas

già / trẻ

senas / jaunas

bật / tắc

įjungta / išjungta

mở / đóng

atidaryta / uždaryta

im lặng / ồn ào

tylus / garsus

giàu / nghèo

turtingas / vargšas

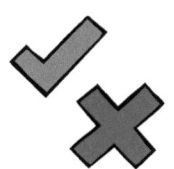

đúng / sai

teisus / neteisus

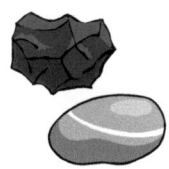

sần sùi / mịn màng

šiurkštus / švelnus

buồn / vui

liūdnas / laimingas

ngắn / dài

trumpas / ilgas

chậm / nhanh

lėtas / greitas

ẩm ướt / khô ráo

drėgnas / sausas

ấm áp / mát mẻ

šiltas / šaltas

chiến tranh / hòa bình

karas / taika

0	**1**	**2**
số không	một	hai
nulis	vienas	du

3	**4**	**5**
ba	bốn	năm
trys	keturi	penki

6	**7**	**8**
sáu	bảy	tám
šeši	septyni	aštuoni

9	**10**	**11**
chín	mười	mười một
devyni	dešimt	vienuolika

12

mười hai

dvylika

13

mười ba

trylika

14

mười bốn

keturiolika

15

mười lăm

penkiolika

16

mười sáu

šešiolika

17

mười bảy

septyniolika

18

mười tám

aštuoniolika

19

mười chín

devyniolika

20

hai mươi

dvidešimt

100

một trăm

šimtas

1.000

một ngàn

tūkstantis

1.000.000

một triệu

milijonas

tiếng Anh

anglų

tiếng Anh Mỹ

amerikiečių anglų

tiếng Quan Thoại

kinų (mandarinų)

tiếng Hin-di

hindi

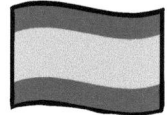

tiếng Tây Ban Nha

ispanų

tiếng Pháp

prancūzų

tiếng Ả-rập

arabų

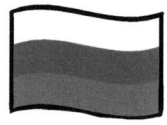

tiếng Nga

rusų

tiếng Bồ Đào Nha

portugalų

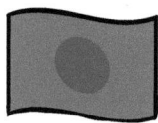

tiếng Bengal

bengalų

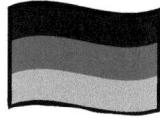

tiếng Đức

vokiečių

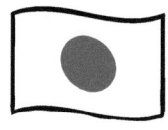

tiếng Nhật

japonų

tôi

aš

bạn

tu

anh ta / cô ta / nó

jis / ji

chúng tôi

mes

các bạn

jūs

họ

jie

ai?

kas?

cái gì?

ką?

như thế nào?

kaip?

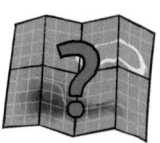

ở đâu?

kur?

lúc nào?

kada?

tên

vardas

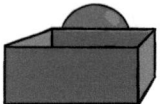

phía sau

už

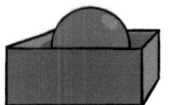

ở trong

kur (vieta)

phía trước

priešais

phía trên

virš

ở trên

ant

ở dưới

po

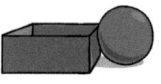

bên cạnh

prie

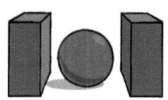

ở giữa

tarp

chỗ

vieta